22 ਸਾਲ ਮੇਰੀ ਜ਼ਿੰਦਗੀ ਦੇ...

(22 Years Of my life)

ਸ਼ਿੰਦਰ ਜਵੰਦਾ

ISBN 979-8-88569-338-7

Follow me on Instagram for more Quotes-shinder53

First paperback edition Jan 2022

22 ਸਾਲ

ਮੇਰੇ ਹਿੱਸੇ ਵਿੱਚ ਦੁੱਖਾਂ ਤੇ ਤਕਲੀਫ਼ਾਂ ਤੋਂ ਇਲਾਵਾ ਹੋਰ ਕੁੱਛ ਨਾਂ

ਆਇਆ,

ਮੈਂ ਆਪਣੇ ਦਿਲ ਵਿੱਚ ਪਿਆਰ,ਸਤਿਕਾਰ ਤੋਂ ਇਲਾਵਾ ਹੋਰ ਕੁੱਛ ਨਾਂ

ਪਾਇਆ,

ਪਰ ਲੋਕਾਂ ਨੇ ਬਦਨਾਮੀ ਤੋਂ ਇਲਾਵਾ ਹੋਰ ਕੁੱਛ ਨਾ ਹਿੱਸੇ

ਪਾਇਆ,

ਖੋਰੇ ਤਾਂ ਹੀ ਅੱਜ ਇਹ ਮੈਂ ਲਿਖ

ਪਾਇਆ,

ਜੇ ਜਾਨਣਾ ਮੇਰੇ ਦੁੱਖਾਂ ਨੂੰ ਤਾਂ ਅੱਗਲਾ ਪੰਨਾ ਪੱਲਟੀ

ਨਹੀ ਤਾਂ ਦੇਖ ਹੱਸੀਂ ਨਾਂ,

ਕਿਉਂਕਿ 22 ਸਾਲਾ ਦਰਦ ਮੈਂ ਲੋਕਾਂ ਨੂੰ ਲਿਖ ਕੇ

ਦਿਖਾਇਆ,

ਕਿਉਂਕਿ 22 ਸਾਲਾ ਦਰਦ ਮੈਂ ਲੋਕਾਂ ਨੂੰ ਲਿਖ ਕੇ

ਦਿਖਾਇਆ।

ਕੱਚੀ ਉਮਰੇ

17 ਤੱਕ ਤਾਂ ਠੀਕ ਸੀ ਸੱਜਣਾਂ,

18 ਤੋਂ ਬਾਅਦ ਦੁੱਖਾਂ ਨੇ ਘੇਰਾ ਪਾ ਲਿਆ,

ਘੇਰੇ ਤਾਂ ਹੀ ਅੱਜ ਬਾਈ ਸਾਲਾਂ ਦੇ ਨੂੰ,

ਜਿਉਣਾ ਆਗਿਆ,

ਜਿਉਣਾ ਆਗਿਆ।

ਕੁੱਛ ਨੀ ਸੀ ਜਾਣਦਾ

ਵਾਹ ਸੱਜਣਾਂ
ਸਾਨੂੰ ਤਾਂ ਹੱਸਣਾ ਵੀ ਨਹੀਂ ਸੀ ਆਉਂਦਾ,
ਤੂੰ ਤਾਂ ਰੋਣਾ ਵੀ ਸਿੱਖਾ ਗਿਆ।

ਹਲਾਤ

ਅਸੀਂ ਮਾੜੇ ਨੀ ਸੀ ਸੱਜਣਾਂ,
ਸਾਨੂੰ ਹਲਾਤਾਂ ਨੇ ਮਾੜੇ ਬਣਾ ਤਾ।

ਸਮਾਂ

ਜੇੜੇ ਕਦੇ ਮੇਰੇ ਤੋਂ ਇੱਕ ਮਿੰਟ ਵੀ
ਦੂਰ ਜਾਣ ਤੋਂ ਡਰਦੇ ਸੀ,
ਅੱਜ ਉਹ ਹੀ ਮੇਰੇ ਤੋਂ ਦੂਰ ਹੋਣ ਲਈ
ਮਿੰਟ- ਮਿੰਟ ਸੋਚਦੇ ਨੇ।

ਬੁਰਾ ਵੱਕਤ

ਕਿਸੇ ਦੇ ਮਾੜੇ ਟਾਈਮ ਤੇ ਹੱਸਣਾ ਨੀ,
ਚਾਹੀਦਾ ਮਿੱਤਰਾ,
ਕਿਉਂਕਿ ਮਾੜਾ ਸਮਾਂ ਕਦੇ ਚੇਹਰੇ ਨੀ ਭੁੱਲਦਾ।

ਕਿੰਨ੍ਹਾ ਵੀ ਕਿਉਂ ਨਾਂ ਕਰਲੋ

ਜ਼ਿੰਦਗੀ ਵਿੱਚ ਜਿਸ ਦਾ ਵੀ ਕੀਤਾ,
ਦਿਲ ਤੋਂ ਕੀਤਾ ਮਿੱਤਰਾ,
ਪਰ ਲੋਕੀ ਸਾਲੇ ਦਿਲ ਦੀ ਜਗਾ,
ਦਿਮਾਗ ਲਾਗੇ।

ਆਵਦੇ

ਇੱਥੇ ਤਾਂ ਸਾਲੇ ਆਵਦੇ ਮਾਰਨ ਤੇ ਲੱਗੇ ਹੋਏ ਆ,

ਫਿਰ ਗੋਰਾਂ ਤੋਂ ਕਾਹਦਾ ਡਰ।

ਅੱਖਾਂ ਦਾ ਨੂਰ

ਆਵਦੇ ਆਪ ਨੂੰ ਰੋਜ ਨਵੇਂ ਤੋਂ ਨਵੇਂ,

ਤਰੀਕੇ ਨਾਲ ਮਾਰਦਾ ਹਾਂ ਸੱਜਣਾਂ,

ਤਾਂਕਿ ਤੈਨੂੰ ਜਿੰਦਾ ਦੇਖ ਸਕਾਂ।

ਰੰਗ

ਕਦੇ ਹਸਾਉਂਦੇ ਨੇ ਤੇ ਕਦੇ ਰਵਾਉਂਦੇ ਨੇ,
ਇਹ ਹੀ ਤਾਂ ਦੁਨੀਆਂ ਦੇ ਰੰਗ ਨੇ ਮਿੱਤਰਾ।

ਜੋ ਖੁਸ਼ ਰਹਿਣਾਂ

ਇੱਕ ਕੱਲ ਬੀਤ ਗਿਆ,
ਇੱਕ ਕੱਲ ਆਉਣਾ ,
ਇਹਨਾਂ ਦੀ ਫਿਕਰ ਛੱਡ ਅੱਜ ਬਾਰੇ ਸੋਚ,
ਸੁੱਖੀ ਰਹੇ ਗਾ।

ਠੋਕਰ ਦਿਲ ਦੀ

ਜ਼ਿੰਦਗੀ ਦੀਆਂ ਠੋਕਰਾਂ ਨੇ ਬੋਲਣਾ ਹੀ ਭੁੱਲਾ ਤਾ,

ਨਹੀਂ ਤਾਂ ਮੇਰੇ ਵਰਗਾ ਬੰਦਾ ਕਦੇ ਚੁੱਪ ਨੀ ਸੀ,

ਰਹਿ ਸਕਦਾ।

ਹੱਸਦਾ ਚਹਿਰਾ

ਹਮੇਸ਼ਾ ਲੋਕਾਂ ਵਿੱਚ ਬੈਠਣਾ ਚਾਹੁੰਦਾ ਸੀ,

ਅੱਜ ਆਵਦੇ ਆਪ ਤੋਂ ਵੀ ਭੱਜਦਾ ਫਿਰਦਾ,

ਥੋਥੇ ਦੀ ਪੰਡ ਬਣ ਕੇ ਸਿਰ ਤੇ,

ਫਿਰ ਵੀ ਹਮੇਸ਼ਾ ਹੱਸਦਾ ਰਹਿਣਾ,

ਜਿਥੇ ਲਿਜਾਣਾ ਲੈ ਜਾ ਹੋਣ ਜ਼ਿੰਦੜੀ ਏ ,

ਹੁਣ ਤਾਂ ਬੱਸ ਤੂੰ ਹੀ ਦਿੱਖਦਾ,

ਜੋ ਵੀ ਮੇਰੇ ਤੋਂ ਦੂਰ ਹੋਏ,

ਮਰਨ ਤੋਂ ਪਹਿਲਾਂ ਇੱਕ ਹੀ ਦੁਆ ਪੂਰੀ ਕਰਦੀ ਰੱਬਾ,

ਅੱਜ ਨਹੀਂ ਤਾਂ ਕੱਲ੍ਹ,

ਸਾਰੇ ਇੱਕ ਵਾਰ ਇਕੱਠੇ ਜਰੂਰ ਕਰਦੀ ਰੱਬਾ,

ਇਕੱਠੇ ਜਰੂਰ ਕਰਦੀ ਰੱਬਾ।

ਕਿਉਂ?

ਸਾਡੇ ਲਈ ਤਾਂ ਸਾਰਾ ਕੁੱਝ ਤੂੰ ਹੀ ਸੀ ਸੱਜਣਾਂ,

ਫਿਰ ਵੀ ਤੂੰ ਸਾਡਾ ਨੀ ਹੁੰਦਾ।

ਬਿਨ੍ਹਾਂ ਦੇਖੇ

ਸਾਲਾ ਕਲਜੁਗ ਆਇਆ ਪਿਆ,

ਲੋਕੀ ਆਵਦੀ ਜ਼ਿੰਦਗੀ ਸਵਾਰਨ ਲਈ,

ਦੂਜੇ ਦੀ ਜ਼ਿੰਦਗੀ ਬਰਬਾਦ ਕਰਨ ਲੱਗੇ ਨੀ ਦੇਖਦੇ,

ਬੇਗਾਨੇ ਤਾਂ ਕੀ,

ਇਥੇ ਆਪਣੇ ਨੀ ਆਪਣਿਆਂ ਨੂੰ ਦੇਖਦੇ।

ਦੋਗਲੇ

ਜੇੜੇ ਕਦੇ ਸਾਨੂੰ ਕਹਿੰਦੇ ਸੀ ਅਸੀਂ ਤੇਰੇ ਹਮੇਸ਼ਾ ਬੁਰੇ ਸਮੇਂ ਨਾਲ
ਆ ਸੱਜਣਾਂ,

ਡੋਲੀ ਨਾ,

ਅੱਜ ਉਹ ਹੀ ਲੋਕਾਂ ਸਾਮੁਣੇ ਸਾਡੇ ਬਾਰੇ ਬੁਰਾ ਬੋਲਦੇ ਦੇਖੇ ਨੇਂ|

ਮੇਰੇ ਖ਼ਾਸ

ਗੱਲਾਂ ਤਾਂ ਬਹੁਤ ਆ ਸੱਜਣਾਂ,

ਜੇ ਕਿਤੇ ਦੱਸਣੀਆਂ ਸ਼ੁਰੂ ਕਰਤੀਆਂ,

ਤਾਂ ਮੇਰੇ ਕਈ ਆਵਦਿਆਂ ਨੂੰ ਸੇਕ ਲੱਗਣਾ ਸ਼ੁਰੂ ਹੋ ਜਾਣਾ ,

ਇਸ ਕਰਕੇ ਮੈਂ ਚੁੱਪ ਹੀ ਵੱਟ ਲਈ,

ਨਹੀ ਤਾਂ ਜੇ ਮੈਂ ਬੋਲਣਾ ਸ਼ੁਰੂ ਕਰਤਾ,

ਮੇਰੇ ਕਈ ਆਪਣਿਆਂ ਨੇ ਮੇਰੇ ਤੋਂ ਦੂਰ ਹੋ ਜਾਣਾ।

ਪੈਸਾ

ਸਭ ਪੈਸੇ ਦੀਆਂ ਗੋਮਾਂ ਨੇ ਮਿੱਤਰਾ,,

ਕੋਣ ਕਿੰਨਾ ਕੁ ਕਮਾਉ,

ਤੇ ਕਿੰਨਾ ਕੁ ਵਿਕਾਉ,

ਪੈਸਾ ਔਕਾਤ ਦਿੱਖਾ ਜਾਂਦਾ।

ਜੱਗ ਤੋਂ ਜਾਣ ਤੋਂ ਪਹਿਲਾਂ

ਸਭ ਨੋਟ ਕਰੀ ਬੈਠਾ ਏ,,

ਦਿਮਾਗ ਵਿੱਚ ਪੁੱਤ ਤੇਰਾ ਬਾਪੂ,

ਕੱਲੀ-ਕੱਲੀ ਗੱਲ ਦੋਬਾਰਾ ਮੈਂ ਵੀ ਦੋਹਰਾਊ ਗਾ,

ਜੋ-ਜੋ ਮੇਰੇ ਨਾਲ ਕੀਤਾ,

ਮਰਨ ਤੋਂ ਪਹਿਲਾਂ,

ਸੱਭ ਉਹਨਾਂ ਨਾਲ ਵੀ ਕਰ ਕੇ ਜਾਊਗਾ।

ਮਾਂ

ਤੇਰੀ ਬੁੱਕਲ ਵਿੱਚ ਸਿਰ ਰੱਖ,

ਮਾਂ ਮੈਂ ਸੌਣਾਂ ਚਾਹੁੰਦਾ,

ਆਵਦੇ ਦਰਦ ਲੁਕਾਉਣਾ ਚਾਹੁੰਦਾ,

ਪਰ ਸਿਰਫ ਤੈਨੂੰ ਆਵਦੇ ਦਰਦ ਦੱਸ,

ਮਾਂ ਮੈਂ ਰੋਣਾ ਚਾਹੁੰਦਾ,

ਮੈਂ ਵਾਪਿਸ ਆਉਣਾ ਚਾਹੁੰਦਾ,

ਮਾਂ ਮੈਂ ਵਾਪਿਸ ਆਉਣਾ ਚਾਹੁੰਦਾ।

ਮਾਂ-ਬਾਪ

ਬਾਪੂ ਦੀ ਦਿੱਤੀ ਸਿੱਖਿਆ ਨਾਲ ਇਥੋਂ ਤੱਕ ਆਇਆ ਹਾਂ,

ਮਾਂ ਦੇ ਪਿਆਰ ਨੂੰ ਬਿਆਨ ਤਾਂ ਨੀ ਕਰ ਸਕਦਾ,

ਪਰ ਕੁੱਝ ਸ਼ਬਦ ਲਿਖ ਮੈਂ ਪਾਇਆ ਹਾਂ,

ਇਸ ਮਤਲੱਬੀ ਦੁਨੀਆਂ ਨੇ ਬਹੁਤ ਧੋਖੇ ਦਿੱਤੇ ਨੇ,,

ਪਰ ਫਿਰ ਵੀ ਮਾਂ-ਬਾਪ ਤੋਂ ਮਿਲੀ ਹੱਲਾਸ਼ੇਰੀ ਨਾਲ,

ਜ਼ਿੰਦਗੀ ਦੀ ਜੰਗ ਜਿੱਤ ਮੈਂ ਪਾਇਆ ਹਾਂ,

ਬਹੁਤਿਆਂ ਨੇ ਚੁਕਿਆ ਮੇਰੀ ਮਾੜੀ ਕਿਸਮਤ ਦਾ ਫਾਇਦਾ,

ਬਹੁਤਿਆਂ ਨੇ ਹੱਥ ਛਡਾਏ ਨੇ,

ਪਰ ਫਿਰ ਵੀ ਬਾਪੂ ਦੇ ਹੌਂਸਲੇ ਨਾਲ ਲੋਕਾਂ ਦੇ ਮੂੰਹ ਬੰਦ
ਕਰਵਾਏ ਨੇ।

ਨਖੱਟੂ

ਜਦੋਂ ਪਿੰਡ ਹੁੰਦੇ ਸੀ,

ਲੋਕਾਂ ਤੋਂ ਤਾਅਨੇ ਮਿਲਦੇ ਸੀ,

ਵੀ ਸਾਰਾ ਦਿਨ ਵਹਿਲਾ ਫਿਰਦਾ,

ਕੋਈ ਕੰਮ ਕਾਰ ਨੀ ਕਰਦਾ,

ਹੁਣ ਜਦੋਂ ਬਾਹਰ ਆ ਕੇ ਕਮੌਣ ਲੱਗੇ ਆਂ,

ਤਾਂ ਉਹ ਹੀ ਲੋਕੀ 2 ਨੰਬਰ ਦਾ ਪੈਸਾ ਦੱਸਦੇ ਆ,

ਪਰ ਮਿੱਤਰਾ ਕਮਾਉਣਾ ਸੌਖਾ ਨੀ ਪਿਆ,

ਜੇ ਸਫਲਤਾ ਹਾਸਿਲ ਕਰਨੀ ਤਾਂ,

ਕਈਆਂ ਦੇ ਤਾਅਨੇ ਤੇ ਗੱਲਾਂ ਸੁਣਨੀਆਂ ਪੈਂਦੀਆਂ ਨੈਂ,

ਜੇ ਲੋਕਾਂ ਦੇ ਮੂੰਹ ਬੰਦ ਕਰਵਾਉਣੇ ਤਾਂ,

ਰਾਤਾਂ ਦੀ ਨੀਂਦ ਤੇ ਦਿਨ ਦੇ ਚੈਨ ਨੂੰ ਭਲੋਣਾ ਪੈਂਦਾ,

ਤੇ ਜੇ ਘਰਦਿਆਂ ਨੂੰ ਐਸ਼ ਕਰੋਨੀ ਤਾਂ,

ਆਪਣੇ ਆਪ ਨੂੰ ਵੀ ਗਵਾਉਣਾ ਪੈਂਦਾ।

ਆਕੜ

ਲੋਕੀ ਕਹਿੰਦੇ ਤੇਰੇ ਵਿੱਚ ਆਕੜ ਬਹੁਤ ਆ,

ਉਹਨਾਂ ਨੂੰ ਕੀ ਪਤਾ,

ਇਹ ਆਕੜ ਕਿੰਨੀਆਂ ਠੋਕਰਾਂ ਖਾਣ ਤੋਂ ਬਾਅਦ ਮਿਲੀ ਆ,

ਪਰ ਹੁਣ ਇਹ ਸੇ ਆਕੜ ਨਾਲ ਕਈਆਂ ਦੇ ਗਾਰੂਰ ਤੋੜਨੇ
ਆ।

ਮੂਰਖ਼

ਜਿੰਨਾ ਲਈ ਅਸੀਂ ਜਾਣ ਬੁਝ ਕੇ ਕਵਲੇ ਬਣਦੇ ਰਹੇ,

ਤਾਂ ਕੀ ਉਹ ਹਮੇਸ਼ਾ ਖੁਸ਼ ਰਹਿਣ,

ਅਫ਼ਸੋਸ ਅੱਜ ਉਹ ਹੀ ਸਾਨੂੰ ਅਕਲ ਦਾ ਮਤਲਬ ਸਮਝਾਉਂਦੇ
ਨੇ।

ਸੀਨਾਂ ਮੇਰਾ ਸੜੇ

ਖੁਸ਼ ਰਿਹਾ ਕਰ ਸੱਜਣਾਂ,
ਹੱਸਦਾ ਚਿਹਰਾ ਸੋਹਣਾ ਲੱਗਦਾ,
ਕਿਉਂਕਿ ਜਦੋਂ ਦੁਖੀ ਹੁੰਦਾ,
ਤਾਂ ਅੱਗ ਸਾਡੇ ਸੀਨੇ ਵਿੱਚ ਲੱਗਦੀ ਆ।

ਲਾਲਚ

ਅੱਜ ਦੇ ਟਾਇਮ ਵਿੱਚ ਹਰ ਕੋਈ ਆਪਣਾ ਉੱਲੂ ਸਿਦਾ ਰੱਖਣਾ
ਚਾਹੁੰਦਾ,

ਚਾਹੇ ਉਹਦੇ ਲਈ ਉਹਨੂੰ ਆਪਣਿਆਂ ਦੇ ਦਿਲ ਤੇ ਸੱਟ ਹੀ
ਕਿਉਂ ਨਾ ਮਾਰਨੀ ਪਵੇ,

ਅੱਜ ਦੇ ਟਾਇਮ ਵਿੱਚ ਉੱਪਰ ਆਉਣ ਲਈ ਲੋਕ ਇੰਨੇ ਗਿਰ
ਜਾਂਦੇ ਨੇ,,

ਕੀ ਉਹਨਾਂ ਨੂੰ ਉੱਪਰ ਆਉਣ ਲਈ ਆਪਣਿਆਂ ਨੂੰ ਹੀ ਕਿਉਂ
ਨਾਂ ਮਾਰਨਾ ਪਵੇ।

ਯਾਦ

ਅੱਜ ਕੱਲ ਉਦੋਂ ਹੀ ਯਾਦ ਕਿੱਤਾ ਜਾਂਦਾ ਮਿੱਤਰਾ,,

ਜਦੋਂ ਕੋਈ ਕਿੱਸੇ ਤੱਕ ਮਤਲੱਬ ਹੁੰਦਾ,

ਨਹੀਂ ਤਾਂ ਅੱਜ ਕੱਲ ਹਾਲ ਚਾਲ ਪੁੱਛਣ ਨੂੰ ਵੀ ਕਿੱਸੇ ਦਾ ਜੀ ਨੀ ਕਰਦਾ।

ਭੇਤ

ਦੁਨੀਆਂ ਦੇ ਰੰਗ ਬੜੇ ਨੇ ਉਸਤਾਦ,
ਆਪਣੇ ਦਿਲ ਦੇ ਰਾਜ ਆਪਣਿਆਂ ਨੂੰ ਵੀ ਨਾ ਦੱਸਿਆ ਕਰ,
ਕਿਉਂਕਿ ਬਾਅਦ ਵਿੱਚ ਉਹ ਹੀ ਬੇਗਾਨੇ ਬਣ,
ਲੋਕਾਂ ਵਿੱਚ ਤੁਹਾਡੀ ਬਦਨਾਮੀ ਕਰਦੇ ਨੇਂ।

ਕੋਸ਼ਿਸ਼ਾਂ ਜਾਰੀ ਆ

ਅੱਜ ਕੱਲ ਆਵਦੇ ਆਪ ਨੂੰ ਬਦਲਣ ਦੀ ਕੋਸ਼ਿਸ਼ ਕਰ ਰਿਹਾ
ਉਸਤਾਦ,

ਕਿਉਂਕਿ ਜਦੋਂ ਦੀ ਮਾੜੇ ਟਾਈਮ ਵਿੱਚ ਆਪਣਿਆਂ ਨੇ ਔਕਾਤ
ਦਿਖਾਈ ਆ,

ਉਦੋਂ ਦਾ ਜੀਣਾ ਆ ਗਿਆ।

ਦੁੱਕੀ

ਔਕਾਤ ਸਾਲੀ ਦੁੱਕੀ ਦੀ,

ਤੇ ਸਮਝੌਂਦੇ ਮੈਨੂੰ ਨੌਂ,

ਨਾਂ ਸਾਲੀ ਸ਼ਕਲ ਨਾਂ ਅਕਲ,

ਤੇ ਪੜ੍ਹੌਂਦੇ ਮੈਨੂੰ ਨੌਂ।

ਬਾਪੂ

ਕਦੇ-ਕਦੇ ਰੋ ਪੈਣਾ ਬਾਪੂ ਤੇਰੀ ਫ਼ੋਟੋ ਦੇਖ,

ਪੈਸੇ ਕਰਕੇ ਹੱਥ ਛੁਡਾ ਗਏ ਨਿਕਲੇ ਸਾਲੇ ਫ਼ੇਕ,

ਤੇਰੀ ਦਿੱਤੀ ਸਿੱਖਿਆ ਕਰਕੇ ਇਥੋਂ ਤੱਕ ਆਇਆ ਹਾਂ,

ਖ਼ੌਰੇ ਤਾਂ ਹੀ ਕਿੱਸੇ ਨਾਲ ਕਿਦਾਂ ਚੱਲਣਾ,

ਏ ਸਿੱਖ ਮੈਂ ਪਾਇਆ ਹਾਂ।

ਦਿਲਾਂ ਵਿੱਚ ਖ਼ਾਰ

ਅੱਜ ਕਈਆਂ ਦੇ ਦਿਲਾਂ ਵਿੱਚ ਸਾਡੇ ਲਈ ਸਾੜੇ ਹੋ ਗਏ,
ਕਿਉਂਕਿ ਜਿੰਨਾ ਚਿਰ ਉਹਨਾਂ ਦੀ ਹਾਂ ਵਿੱਚ ਹਾਂ ਮਿਲਦੀ ਰਹੀ,
ਉਦੋਂ ਤੱਕ ਤਾਂ ਅਸੀਂ ਚੰਗੇ ਸੀ,
ਜਿੱਦਣ ਦੇ ਆਵਦੇ ਹਿਸਾਬ ਨਾਲ ਜੀਣ ਲਗੇ ਆ ਨਾਂ ਮਿੱਤਰਾ,
ਉਦੋਂ ਦੇ ਅਸੀਂ ਉਹਨਾਂ ਲਈ ਮਾੜੇ ਹੋ ਗਏ।

ਰੰਗ

ਗੋਰਾ ਤੇ ਕਾਲਾ,
ਤੱਕੜਾ ਤੇ ਮਾੜਾ,
ਮੈਟਰ ਨੀ ਕਰਦਾ ਮਿੱਤਰਾ,
ਦਿਲ ਵੱਡਾ ਰੱਖ ਲੜਨਾ ਸਿੱਖ ਜ਼ਿੰਦਗੀ ਨਾਲ,
ਜੇ ਦੁਨੀਆਂ ਜਿੱਤਣੀ ਆਂ।

ਮੇਰੀ ਚੁੱਪ

ਮੈਂ ਬਹੁਤਾ ਬੋਲਣ ਦਾ ਸ਼ੌਕ ਨੀ ਰੱਖਦਾ ਸੱਜਣਾਂ,
ਕਿਉਂਕਿ ਮੇਰੀ ਚੁੱਪ ਹੀ ਕਈਆਂ ਦੇ ਕਾਲਜੇ ਸਾੜੀ ਜਾਂਦੀ ਆ।

ਹੱਸਮੁੱਖ

ਲੋਕ ਕਹਿੰਦੇ ਤੂੰ ਹੱਸਦਾ ਬਹੁਤ ਆ,

ਪਰ ਇਸ ਹਾਸੇ ਪਿੱਛੇ ਕਈ ਦੁੱਖ ਲੁਕੋਈ ਬੈਠਾ ਹਾਂ,

ਦੂਜੇ ਰਿਸ਼ਤੇ ਮਜਬੂਤ ਬਣੌਂਦੇ-ਬਣੌਂਦੇ,

ਖੁੱਦ ਕਮਜ਼ੋਰ ਬਣ ਬੈਠਾ ਹਾਂ,

ਰੋਜ਼-ਰੋਜ਼ ਮਰਨ ਨਾਲੋਂ ਇਕੋ ਵਾਰ ਮੌਤ ਆ ਜਾਵੇ,

ਹੁਣ ਤਾਂ ਬੱਸ ਇਸੇ ਆਸ ਤੇ ਬੈਠਾ ਹਾਂ,

ਹੁਣ ਤਾਂ ਬੱਸ ਇਸੇ ਆਸ ਤੇ ਬੈਠਾ ਹਾਂ।

ਸੋਚੀਂ ਜ਼ਰੂਰ

ਸਾਨੂੰ ਬੇਕਦਰਾਂ ਖਹਿਣ ਵਾਲਿਆਂ,
ਕਦੇ ਆਵਦੇ ਅੰਦਰ ਚਾਤੀ ਮਾਰ ਕੇ ਦੇਖੀਂ,
ਤੂੰ ਕਿ ਕੁੱਛ ਕਿੱਤਾ ਸਾਡੇ ਨਾਲ,
ਕਿਤੇ ਕੱਲ੍ਹਾ ਬੈਠ ਸੋਚ ਵਿਚਾਰ ਕੇ ਦੇਖੀਂ।

ਲਿੱਖਣਾ

ਆਵਦੇ ਬਾਰੇ ਲਿੱਖਣਾ ਬਹੁਤ ਔਖਾ,

ਆਵਦੇ ਆਪ ਨੂੰ ਮਾਰ ਕੇ ਦੂਜੇ ਲਈ ਜਿਊਣਾ ਬਹੁਤ ਔਖਾ,

ਦੂਜੇ ਦੀ ਖੁਸ਼ੀ ਲਈ ਆਵਦੀ ਖੁਸ਼ੀਆਂ ਨੂੰ ਅੱਗ ਲਾਉਣਾ ਬਹੁਤ ਔਖਾ,

ਪਰ ਆਵਦੀ ਗ਼ਲਤੀਆਂ ਨੂੰ ਲਕੋ ਕੇ ਦੂਜੇ ਨੂੰ ਬੁਰਾ ਬਣੌਣਾ ਬਹੁਤ ਸੌਖਾ,

ਖੋਰੇ ਤਾਂ ਹੀ ਆਵਦੇ ਬਾਰੇ ਲਿੱਖਣਾ ਬਹੁਤ ਔਖਾ,

ਬਹੁਤ ਔਖਾ...

ਕਿੱਸੇ ਦਾ ਦਿਲ ਦੁਖਾ ਕੇ ਉਹਨੂੰ ਹੌਸਲਾ ਦਵਾਉਣਾ ਬਹੁਤ ਸੌਖਾ,

ਯਾਰ-ਯਾਰ ਕਰਨ ਵਾਲਿਆਂ,

ਅੱਜ ਕੱਲ ਯਾਰ ਬਣੌਣਾ ਤਾਂ ਬਹੁਤ ਸੌਖਾ,

ਪਰ ਉਹਦੇ ਮਾੜੇ ਟਾਈਮ ਵਿੱਚ ਯਾਰੀ ਦਾ ਫ਼ਰਜ ਪਾਗੋਣਾ ਬਹੁਤ ਔਖਾ,

ਪਰ ਸੱਚ ਜਾਣੀ ਯਾਰਾ,

ਤੇਰੇ ਬਿਨਾਂ ਕੱਲੇ ਜਿਊਣਾ ਸ਼ਿੰਦਰ ਲਈ ਬਹੁਤ ਔਖਾ,

ਖੋਰੇ ਤਾਂ ਹੀ ਆਵਦੇ ਆਪ ਤੇ ਲਿੱਖਣਾ ਬਹੁਤ ਔਖਾ,

ਬਹੁਤ ਔਖਾ....

ਇਸ ਕਲਜੁਗ ਦੌਰ ਵਿੱਚ ਅਮੀਰ ਬਣਨਾ ਹੋਇਆ ਸੌਖਾ,

ਕਿਉਂਕਿ ਗਰਦਾਰਾਂ ਨਾਲ ਰਲ ਕੇ,

ਗ਼ਰੀਬ ਨੂੰ ਦਬੋਣਾ ਬਹੁਤ ਸੌਖਾ,

ਡੇਢ ਸਾਲ ਵਿੱਚ ਜੋ ਸਿੱਖਿਆ,

ਉਹ ੨੦ ਸਾਲਾਂ ਵਿਚ ਨਾਂ ਸਿੱਖ ਪਾਇਆ,

ਖੋਰੇ ਤਾਂ ਹੀ ਜਵੰਦੇ ਲਈ ਲਿੱਖ ਕੇ ਦਰਦ ਬਿਆਨ ਕਰਨਾ
ਹੋਇਆ ਸੌਖਾ,

ਬਹੁਤੀ ਆਕੜ ਨਾਂ ਦਿਖਾਈ ਮਿੱਤਰਾਂ,

ਕਿਉਂਕਿ ਭੁਤਰੇ ਸਾਹਣ ਨੂੰ ਤੇ ਵਿਗੜੇ ਜੱਟ ਨੂੰ ਰੱਸਾ ਪੌਣਾ
ਬਹੁਤ ਔਖਾ,

ਤਾਂ ਹੀ ਤਾਂ ਕਿਆ ਵੀ, ਆਵਦੇ ਬਾਰੇ ਲਿੱਖਣਾ ਬਹੁਤ ਔਖਾ,
ਬਹੁਤ ਔਖਾ...

ਅੱਜ ਕੱਲ ਸਾਰੇ ਲੱਤਾਂ ਖਿੱਚਣ ਤੇ ਲੱਗੇ ਆ ਮਿੱਤਰਾ,

ਖੋਰੇ ਤਾਂ ਹੀ ਅੱਜ ਦੇ ਟਾਈਮ ਕਿੱਸੇ ਤੇ ਭਰੋਸਾ ਕਰਨਾ ਬਹੁਤ
ਔਖਾ,

ਇਥੋਂ ਤੱਕ ਲੋਕਾਂ ਦੇ ਥਕੇ ਖਾਂਦੇ ਆਏ ਆ ਸੱਜਣਾਂ,

ਖੋਰੇ ਤਾਂ ਹੀ ਬਿਨਾਂ ਕੁੱਛ ਬਣੇ ਪਿੱਛੇ ਮੁੜਨਾ ਬਹੁਤ ਔਖਾ,

ਸੱਚ ਕਿਆ ਆਵਦੇ ਉੱਪਰ ਲਿੱਖਣਾ,

ਸਚਿਯੋ ਔਖਾ, ਸਚਿਯੋ ਔਖਾ।

ਇਦਾਂ ਹੀ ਠੀਕ ਆਂ ਅਸੀਂ

ਅਸੀਂ ਸਿਦਰੇ ਹੀ ਠੀਕ ਆ ਬਾਈ ਜੀ,

ਜੇ ਬਦਲ ਗਏ,

ਤੁਹਾਡੇ ਕੋਲੋਂ ਜਰੇ ਨੀ ਜਾਣੇ।

ਬਦਨਾਮੀ

ਲੋਕਾਂ ਨੇ ਨਾਮ ਕਮਾਇਆ ਜੱਗ ਉੱਪਰ,

ਤੇ ਮੈਂ ਬਦਨਾਮੀ,

ਲੋਕਾਂ ਦੀ ਨਜ਼ਰ ਵਿੱਚ ਮੈਂ ਚੋਰ,

ਤੇ ਉਹ ਦਾਨੀ,

ਮੈਂ ਗ਼ੁਲਾਮ ਤੇ ਉਹ ਸ਼ਹਿਜ਼ਾਦੇ,

ਮੈਂ ਜ਼ੀਰੋ ਤੇ ਉਹ ਹੀਰੋ,

ਪਰ ਇੱਕ ਦਿਨ ਐਸਾ ਦੌਰ ਬਦਲਾ ਗਏ,

ਜਦ ਬਣ ਕੇ ਅੱਗ ਨਿਕਲਾ ਗਏ,

ਉਦੋਂ ਲੋਕਾਂ ਦੀ ਪੂਰੀ ਮਚਾਵਾਂ ਗਏ,

ਜਦ ਬਣ ਕੇ ਤੀਰ ਨਿਕਲਾ ਗਏ,

ਸਿੱਦਾ ਲੋਕਾਂ ਦੀ ਹਿੱਕ ਵਿੱਚ ਵਜਾਂ ਗਏ,

ਜੇੜੇ ਸਾਡੀ ਚੁੱਪ ਨੂੰ ਸਾਡੀ ਕਮਜ਼ੋਰੀ ਸਮਜੇ ਨੇ,

ਉਹੀ ਸਾਡੀ ਦਹਾੜ ਨੂੰ ਆਵਦਾ ਖੌਫ਼ ਮਨਣ ਗਏ।

ਕਿੱਥੇ ਗਿਆ?

ਅੱਜ ਕਿੱਥੇ ਗਿਆ ਉਹ ਚਿਹਰਾ,

ਜੋ ਹਮੇਸ਼ਾ ਹੱਸਦਾ ਰਹਿੰਦਾ ਏ,

ਦੂਜੇ ਨੂੰ ਹਾਸੌਂਣ ਵਾਲਾ ਅੱਜ ਖੁਦ ਰੋਂਦਾ ਰਹਿੰਦਾ ਏ,

ਤੂੰ ਤਾਂ ਜਾਨੌਂ ਮਾਰ ਗਿਆ,

ਪਰ ਏ ਚੰਦਰਾ ਦਿਲ ਅੱਜ ਵੀ ਤੇਰਾ ਨਾਮ ਗੁਣਗਾਣਉਂਦਾ
ਰਹਿੰਦਾ ਏ,

ਕਾਪੀ ਯਾਦਾਂ ਵਾਲੀ ਪਾੜ ਕੇ ਸੁੱਟ ਗਿਆ,

ਖੋਰੇ ਤਾਂ ਹੀ ਆਇਆ ਖਿਆਲ ਤੇਰਾ ਮਨ ਮੇਰੇ ਨੂੰ ਤੜਫਾਉਂਦਾ
ਰਹਿੰਦਾ ਏ,

ਅੱਜ ਕਿਥੇ ਗਿਆ ਉਹ ਚਿਹਰਾ,

ਜੋ ਹਮੇਸ਼ਾ ਸਬ ਨੂੰ ਹਸਾਉਂਦਾ ਰਹਿੰਦਾ ਏ।

ਸੁਣਿਆਂ.

ਜਿੰਨੀ ਮਰਜ਼ੀ ਬਦਨਾਮੀ ਕਰਲੋਂ ਸਾਲਿਓ,

ਜਿੰਨਾਂ ਚਿਰ ਬਾਬੇ ਨਾਨਕ ਦਾ ਹੱਥ ਸਿਰ ਤੇ ਆ,

ਫੇਰ ਮੈਨੂੰ ਸਿਟਣਾ ਤਾਂ ਦੂਰ ਦੀ ਗੱਲ,

ਉਹਨਾਂ ਚਿਰ ਤੁਸੀਂ ਮੇਰੇ ਪ੍ਰਛਾਵੇ ਨੂੰ ਵੀ ਨੀ ਛੂ ਸਕਦੇ,

ਪਰ ਇਕ ਗੱਲ ਯਾਦ ਰਾਖਿਓ ,

ਜਿਦਣ ਵਾਰੀ ਮੇਰੀ ਆ ਗਈ ਨਾ,

ਫੇਰ ਆਵਦੇ ਵਾਰੀ ਚੀਕ ਨਾ ਮਾਰਿਓ।

ਕਿਤਾਬੀ ਕੀੜਾ

ਕਾਮਜ਼ਾਬ ਹੋਣ ਲਈ ਬੁਕਵਰਮ ਬਣਨ ਦੀ ਲੋੜ ਨੀ ਆ
ਬਾਈ,

ਜੇ ਕਾਮਜ਼ਾਬ ਹੁਣਾ ਤਾਂ ਮਾਂ-ਬਾਪ ਤੋਂ ਸਿੱਖਿਆ ਕਰ,

ਕਿਉਂਕਿ ਇਹਨਾਂ ਤੋਂ ਵੱਡਾ ਕੋਈ ਗੁਰੂ ਨੀ ਆ ਬਾਈ।

ਮੌਤ

ਬੇਸ਼ੱਕ ਅੱਜ ਮੌਤ ਆ ਜਾਵੇ,

ਮੈਨੂੰ ਕੋਈ ਗ਼ਮ ਨਹੀਂ,

ਕਿਉਂਕਿ ਆ ਹੀ ਤਾਂ ਇਕ ਜ਼ਿੰਦਗੀ ਦਾ ਸੱਚ ਆ ਮਿੱਤਰਾ,

ਜੋ ਕਦੇ ਨਾ ਕਦੇ ਤਾਂ ਲੋਕਾਂ ਸਾਮ੍ਹਣੇ ਉਨ੍ਹਾਂ ਜ਼ਰੂਰ ਏ,

ਪਰ ਮੈਂ ਰੋਜ਼-ਰੋਜ਼ ਝੂਠੀ ਜ਼ਿੰਦਗੀ ਨੀ ਜਿੰਨਾ ਚਾਂਉਦਾ,

ਜੋ ਕੇ ਅੱਜ ਕੱਲ ਟਰੇਂਡ ਬਣਦਾ ਜਾ ਰਿਹਾ ਏ।

ਜੈਸਾ ਕਰੋਗੇ ਵੈਸਾ ਹੀ ਭਰੋਗੇ

ਬਹੁਤਿਆਂ ਦਾ ਦਿਲੋਂ ਕਰਕੇ ਦੇਖ ਲਿਆ ਉਸਤਾਦ,

ਹੁਣ ਜਿਨ੍ਹਾਂ ਕੋਈ ਕਰੂ ਆਪਾਂ ਵੀ ਉਨ੍ਹਾਂ ਹੀ ਕਰਾ ਗਏ,

ਹੁਣ ਕੋਈ ਸਾਡੇ ਨਾਲ ਜਿੱਦਾ ਚੱਲੂ,

ਆਪਾਂ ਵੀ ਉਦੋਂ ਡੇਡਾ ਹੀ ਚੱਲਾਗੇ।

ਸਾਡਾ ਦਿਲ

ਸਭ ਮੱਤਲਬੀ ਲੋਕਾਂ ਨੂੰ ਦਿਲ ਚੋਂ ਕੱਢ ਤਾ,

ਜੋ ਹਮੇਸ਼ਾ ਮੇਰੀ ਪਿੱਠ ਪਿੱਛੇ ਗੱਲਾਂ ਕਰਦੇ ਨੋਂ,,

ਸਾਮੁਟੇ ਤਾਂ ਸਾਲਿਆਂ ਤੋਂ ਕੁੱਛ ਬੋਲ ਨੀ ਹੁੰਦਾ,

ਲੋਕਾਂ ਵਿਚ ਜਾ-ਜਾ ਬਦਨਾਮੀ ਕਰਦੇ ਨੋਂ,

ਅਸੀਂ ਕਾਵਾਂ ਦੀਆਂ ਡਾਰਾਂ ਤੋਂ ਦੂਰ ਹੀ ਰਹਿੰਨੇ ਆਂ ਸੱਜਨਾਂ,

ਕਿਉਂਕਿ ਬਾਜ਼ ਹਮੇਸ਼ਾ ਕੱਲਾ ਰਹਿਣਾ ਪਸੰਦ ਕਰਦਾ,

ਖ਼ੋਰੇ ਤਾਂ ਹੀ ਲੋਕੀ ਮੱਚਦੇ ਨੋਂ,

ਜਿੰਨਾਂ ਤੋਂ ਅਸੀਂ ਆਵਦਾ ਦਿਲ ਹਾਰਿਆ ਸੱਜਨਾਂ,

ਅੱਜ ਉਹੀ ਸਾਡਾ ਦਿਲ ਵੇਚਣ ਨੂੰ ਤੁਰੇ ਫਿਰਦੇ ਨੋਂ।

ਸਹਾਰਾ ਨਾਂ ਲਈ

ਜ਼ਿੰਦਗੀ ਵਿਚ ਜੋ ਕਰਨਾ ਮਿੱਤਰਾ,
ਆਵਦੀ ਮਰਜੀ ਨਾਲ ਕਰੀਂ,
Do what you want to do in your life,
With your own rules,
ਤਾਂ ਜੋ ਤੂੰ ਦੂਜੇ ਨੂੰ ਆਵਦੀ ਜ਼ਿੰਦਗੀ ਦਾ,
ਘੁਨੇਗਾਰ ਨਾ ਦੋਹਰਾ ਸਕੇ।

ਗੈਰਾਂ ਦੀ ਕੀ ਗੱਲ ਕਰੋਂ

ਜ਼ਿੰਦਗੀ ਵਿੱਚ ਬੜੇ ਆਏ ਤੇ ਬਹੁਤ ਆਉਣਗੇ,

ਜੋ ਮਾਂ-ਬਾਪ ਨੇ ਸਿਖਾਇਆ,

ਹੋਰ ਕੋਈ ਨਾ ਸਖਾਉਣਗੇ,

At the end,

ਇੱਥੇ ਆਪਣੇ ਲਈ ਆਪ ਹੀ ਕਰਨਾ ਪੈਂਦਾ,

ਕਦੇ ਸੁਣਿਆਂ ਗੈਰਾਂ ਨੇ ਵੀ ਹੱਥ ਵੰਡਾਏ ਹੋਣਗੇ।

ਸਾਲੀ ਗੰਦੀ ਦੁਨੀਆਂਦਾਰੀ

ਅੱਜ ਦੀ ਦੁਨੀਆਂ ਬੜੀ ਗੰਦੀ ਆ ਉਸਤਾਦ,

ਜਦੋਂ ਬੰਦਾ ਮਰ ਜਾਂਦਾ,

ਤਾਂ ਲੋਕੀਂ ਉਸ ਨੂੰ ਝੂਠ ਦੀ ਦੁਨੀਆਂ ਚੋਂ ਚੱਕ ਕੇ,

ਸੱਚੇ ਘਰ ਲੈ ਕੇ ਜਾਣ ਨੂੰ ਤਿਆਰ ਹੁੰਦੇ ਨੇਂ,,

ਤਾਂ ਕਈ ਆਪਣੇ ਹੀ ਕਹਿੰਦੇ ਨੇਂ,

ਕਿੰਨਾ ਕੁ ਟਾਈਮ ਲੱਗਣਾ,

ਅਸੀਂ ਅੱਗੇ ਵੀ ਜਾਣਾ ਸੀ..

ਸਾਲੀ ਗੰਦੀ ਦੁਨੀਆਂਦਾਰੀ।

ਸੱਪ ਤੇ ਬੰਦਾ

ਏ ਦੁਨੀਆਂ ਤੇ ਬਹੁਤਾ ਇਤਬਾਰ ਨਾਂ ਕਰੀਂ ਮਿੱਤਰਾ,

ਏ ਅੰਦਰੋਂ ਨੇਵਲੇ ਤੇ ਬਾਰੋਂ ਮੇਮਣੇ ਬਣਦੇ ਨੇਂ,

ਨੇਵਲੇ ਤੇ ਸੱਪ ਤਾਂ ਇਹਨਾਂ ਨੇ ਬਦਨਾਮ ਕਿੱਤੇ ਨੇਂ,

ਅਕਸਰ ਬੰਦੇ ਦੀ ਜ਼ਿੰਦਗੀ ਵਿੱਚ ਜ਼ਹਿਰ ਤਾਂ ਇਹੋ ਘੋਲਦੇ ਨੇਂ,

ਥੋੜ੍ਹਾ ਖਿਆਲ ਨਾਲ ਚੱਲਿਆ ਕਰ,

ਕਿਉਂਕਿ ਸੱਪ ਦਾ ਡੰਗਿਆ ਤਾਂ ਬੰਦਾ ਮਰ ਜਾਂਦਾ,

ਪਰ ਬੰਦੇ ਦਾ ਬੰਦੇ ਨੂੰ ਡੰਗਿਆ,

ਜਿਉਂਦਾ ਤਾਂ ਰਹਿੰਦਾ,

ਪਰ ਸਾਰੀ ਜ਼ਿੰਦਗੀ ਤੜਫ਼-ਤੜਫ਼ ਕੇ ਗੁਜ਼ਾਰਦਾ ਏ।

ਟੰਗ ਕੇ ਰੱਖੂ

ਅਸੀਂ ਏਨੀ ਛੇਤੀ ਨੀਂ ਟੈਂਦੇ ਸੱਜਣਾਂ,
ਜਿੰਨਾਂ ਜ਼ੋਰ ਦੁਨੀਆਂ ਦਾ ਲੱਗਾ ਸਾਨੂੰ ਸਿੱਟਣ ਤੇ।

ਮੈਂ ਮਤਲਬੀ ਆ?

ਸਾਲੀ ਦੁਨੀਆਂ ਦੀ ਸਮਝ ਨੀ ਆਉਂਦੀ,
ਹਰੇਕ ਬੰਦੇ ਨੋੰ ਮੈਨੂੰ ਆਪਣੇ ਹਿਸਾਬ ਨਾਲ ਵਰਤ ਕੇ ਛਡਿਆ,,
ਤੇ ਮਤਲੱਬ ਕੱਢਦੇ ਗਏ,
ਪਰ ਫੇਰ ਵੀ ਜਾਂਦੇ-ਜਾਂਦੇ ਏ ਹੀ ਸੁਣਨ ਨੂੰ ਮਿਲਿਆ,
ਕਿ ਤੂੰ ਤਾਂ ਮੱਤਲਬੀ ਸੀ।

ਇਹਸਾਨ

ਜ਼ਿੰਦਗੀ ਵਿਚ ਜੋ ਕਰਨਾ ਨਾਂ ਮਿੱਤਰਾ,

ਤਾਂ ਕਿੱਸੇ ਦਾ ਸਹਾਰਾ ਨਾਂ ਲਈ,

ਕਿਉਂਕਿ ਇੱਥੇ ਇੱਕ ਮਿੰਟ ਸਾਂਨ ਜਿਤਾ ਕੇ,

ਬਾਅਦ ਵਿਚ ਸਾਰੀ ਉਮਰ ਉਹੀ ਸਾਂਨ ਚੇਤੇ ਕਰਾਉਂਦੇ ਨੋਂ।

ਲੱਗੀ ਸਮਝ?

ਭੁੱਲਿਆ ਗ਼ਲਤੀਆਂ ਨੂੰ ਜਾਂਦਾ ਮਿੱਤਰਾ,
ਚਲਾਕੀਆਂ ਨੂੰ ਨੀਂ,
ਸਾਨੂੰ ਦਿੱਖਦਾ ਸਭ ਏ ਸੱਜਣਾਂ,
ਬੱਸ ਅਸੀਂ ਚੁੱਪ ਅਨੇਂ ਨੀਂ|

ਘੁਨੇਗਾਰ

ਜ਼ਰੂਰੀ ਨੀ ਮਿੱਤਰਾਂ ਰਿਸ਼ਤੇ ਸੱਚਾਈ ਨਾਲ ਹੀ ਟੁੱਟਣੋਂ ਬਚਦੇ ਨੇਂ,

ਕਈ ਵਾਰ ਰਿਸ਼ਤੇ ਬਚੋਣ ਲਈ ਆਪਣੇ ਆਪ ਨੂੰ ਘੁਨੇਗਾਰ
ਵੀ ਬੋਨੋਣਾ ਪੈਂਦਾ।

ਜਦੋਂ ਮੁੱਕੇ ਸਾਹ ਸਰੀਰ ਚੋਂ

ਗੁੱਸਾ ਨਾ ਕਰੀ ਸੱਜਣਾਂ ਸਾਡੀ ਗੱਲਾਂ ਦਾ,

ਇੱਕ ਦਿਨ ਸਾਡੀਆਂ ਗੱਲਾਂ ਸੁਣਨ ਨੂੰ ਤਰਸਿਆ ਕਰੇਗਾ,

ਜਿੱਦਨ ਅਸੀਂ ਤੁਰ ਗਏ ਇਸ ਜਹਾਨ ਉੱਤੋਂ,

ਕਮਰੇ ਬੰਦ ਬੈਠ ਰੋਇਆ ਕਰੇਗਾ।

ਅਨਪੜ੍ਹ

ਮੈਂ ਬਹੁਤਾ ਨੀਂ ਜਾਣਦਾ ਮਿੱਤਰਾ,
ਪਰ ਇੱਥੇ ਅਕਲਮੰਦਾ ਨੂੰ,
ਲੋਕੀਂ ਬੇਅਕਲਾ ਸਮਝਦੇ ਆ,
ਤੇ ਬੇਅਕਲਿਆਂ ਨੂੰ ਬਾਕਮਾਲ।

ਵਾਹ!

ਜਿੰਨਾ ਦੀ ਖ਼ੁਦ ਦੀ ਜ਼ਿੰਦਗੀ ਉਸ ਕਿਨਾਰੇ ਤੇ ਆ ਕੇ ਰੁੱਕ ਚੁੱਕੀ ਹੁੰਦੀ ਆ,

ਜਿੱਥੋਂ ਨਾਂ ਤਾਂ ਅੱਗੇ ਜਾਣ ਦਾ ਰਸਤਾ ਹੁੰਦਾ ਤੇ ਨਾਂ ਪਿੱਛੇ ਮੁੜਣ ਦਾ,

ਅੱਜ ਕੱਲ ਉਹੀ ਸਾਲੇ ਮੈਨੂੰ,

ਜ਼ਿੰਦਗੀ ਨਾਲ ਲੜਣ ਦੀਆਂ ਸਲਾਹਾਂ ਵੰਡਦੇ ਫਿਰਦੇ ਨੇਂ।

ਪੱਲੇ ਪਾ ਲਾ

ਜ਼ਿੰਦਗੀ ਵਿੱਚ ਮਾੜੇ ਚੰਗੇ ਦਿਨ ਤਾਂ ਉਂਦੇ ਰਹਿੰਦੇ ਆ ਸੱਜਣਾਂ,

ਘਬਰਾਇਆ ਨਾ ਕਰ,

ਕੁੱਛ ਦਿਨ ਮਾੜੇ ਹੋ ਸਕਦੇ ਆ ਪੂਰੀ ਜ਼ਿੰਦਗੀ ਨੀ।

ਦਾਦਾ ਮੇਰਾ

ਬਾਪੂ ਜਾਂਦਾ ਜਾਂਦਾ ਇੱਕ ਗੱਲ ਸਿੱਖਾ ਗਿਆ,

ਪੁੱਤ ਯਾਰ ਬਣਾਈ ਜੇੜੇ ਤੇਰੇ ਮਾੜੇ ਸਮੇਂ ਵਿੱਚ ਨਾਲ ਖੜ੍ਹਨ,

ਕਿਉਂਕਿ ਚੰਗੇ ਟਾਈਮ ਵਿੱਚ ਦੁਸ਼ਮਨ ਵੀ ਯਾਰ ਬਣਨ ਦੀਆਂ
ਸਕੀਮਾਂ ਲੌਂਦਾ।

ਮਰੇ ਪਿੱਛੋਂ

ਜਿੱਦਣ ਮਰ ਗਏ ਇਨ੍ਹਾਂ ਕੁ ਨਾਮ ਹਉ ਮਿੱਤਰਾ,

ਜੇੜੇ ਅੱਜ ਸਾਨੂੰ ਦੇਖ ਸੜਦੇ ਨੇ ਨਾਂ,

ਮੇਰੇ ਮਰਨ ਤੋਂ ਬਾਅਦ ਉਹਨਾਂ ਦੇ ਨਿਆਣੇ ਵੀ ਯਾਦ ਕਰ-ਕਰ
ਰੋਇਆ ਕਰਨਗੇ।

ਤਾਰੀਫ਼

ਜਿਊਂਦੇ ਬੰਦੇ ਨੂੰ ਅੱਜ ਕੱਲ ਕੋਈ ਨੀ ਪੁੱਛਦਾ ਜਨਾਬ,

ਮਰੇ ਬੰਦੇ ਦੀਆਂ ਸਿਫ਼ਤਾਂ ਕਰਦੇ ਨੇਂ,

ਜਦੋਂ ਤਾਂ ਉਹ ਆਵਦੇ ਪੈਰਾਂ ਤੇ ਤੁਰਿਆ ਫਿਰਦਾ,

ਉਦੋਂ ਸਾਰੇ ਉਹਦੇ ਵਿਚ ਕਮੀਆਂ ਕੱਢਣ ਲਈ ਕਮੀਆਂ ਲੱਬਦੇ
ਨੇਂ,

ਪਰ ਜਦੋਂ ਬੰਦਾ ਮਰ ਜਾਂਦਾ ਨਾਂ,

ਫੇਰ ਛੇਕੇ ਰੋਣੇ ਰੋ ਕੇ ਵੀ ਮਰੇ ਬੰਦੇ ਦਾ ਸਵਾਦ ਲੈਂਦੇ ਨੇਂ।

ਨਾਂ ਜਿਉਂਦੇ ਆਂ ਤੇ ਨਾਂ ਮਰੇ ਆਂ

ਅਸੀਂ ਪੀਤਾ ਸਬਰ ਦਾ ਪਿਆਲਾ,
ਖ਼ੋਰੇ ਚੰਗੇ ਦਿਨ ਆਉਣ ਗਏ,
ਪਰ ਸੱਚ ਜਾਣੀ ਯਾਰਾ,
ਕਦੇ ਸੋਚਿਆ ਨੀ ਸੀ,
ਵੀ ਇਸ ਤੋਂ ਵੀ ਮਾੜੇ ਦਿਨ ਆਉਣ ਗਏ,
ਹੁਣ ਨਾਂ ਜਿਉਂਦਿਆਂ ਵਿੱਚ,,

ਨਾ ਮਰਿਆਂ ਵਿੱਚ ਆਉਂਦੇ ਆਂ,,

ਕਿਉਂਕਿ ਸਾਡੇ ਆਵਦੇ ਮਾਰ ਗਏ ਸੂਰਾ ਪਿੱਠ ਤੇ,
ਖ਼ੋਰੇ ਤਾਂ ਹੀ ਹੁਣ ਥੋੜਾ ਮੁਸਕਰੌਂਦੇ ਆ,
ਹੁਣ ਤਾਂ ਅੱਗ ਦੀ ਲਾਟ ਵਾਂਗਰਾਂ ਬਣਕੇ ਦਿਖਵਾਂ ਗਏ,
ਸੇਕ ਵੀ ਲੱਗੂ,
ਤੇ ਜੇ ਹੱਥ ਲਾਇਆ ਤਾਂ ਰਾਖ ਕਰਕੇ ਜਾਵਾਂ ਗਏ,
ਸਮੁੰਦਰ ਜਦੋਂ ਸ਼ਾਂਤ ਹੁੰਦਾ ਤਾਂ ਸਭ ਉਹਦੀਆਂ ਲਹਿਰਾਂ ਦਾ
ਸਵਾਦ ਲੈਂਦੇ ਨੈਂ,
ਪਰ ਤੂਫ਼ਾਨ ਉਣ ਤੇ ਸਭ ਹੂੰਜ ਕੇ ਲੈ ਜਾਂਦਾ,
ਬੰਦਾ ਹੋਵੇ ਬੇਅਕਲਾ,
ਤਾਂ ਆਪਣਾ ਆਪ ਬਰਬਾਦ ਕਰਕੇ ਬਹਿ ਜਾਂਦਾ,
ਬੁੱਲ੍ਹੇ ਸ਼ਾ ਜੋ ਖਿੱਚ ਦੇ ਲੱਤਾਂ ਮੇਰੀਆਂ,
ਮੇਰੇ ਮਰੇ ਪਿੱਛੋਂ ਫੁਟ ਫੁਟ ਰੋਣ ਗਏ,
ਅਸੀਂ ਪੀਤਾ ਸਬਰ ਦਾ ਪਿਆਲਾ,
ਖ਼ੋਰੇ ਚੰਗੋ ਦਿਨ ਉਣ ਗਏ,
ਮੇਰੇ ਮਰੇ ਪਿੱਛੋਂ ਕੂਕਾਂ ਮਾਰ ਮਾਰ ਰੋਂਣਗੇ,

ਕੂਕਾਂ ਮਾਰ-ਮਾਰ ਰੋਂਣਗੇ ।

ਆਪਦੀ ਵਾਰੀ ਨਾਂ ਰੋਵੀਂ

ਮੈਨੂੰ ਰਵਾ ਕੇ ਖੁਸ਼ ਤਾਂ ਬਹੁਤ ਹੁੰਦਾ ਹੋਵੇਂਗਾ ਗੈਰਾਂ ਨਾਲ
ਸੱਜਣਾਂ,
ਜਿੱਦਨ ਕਦੇ ਅਸੀਂ ਖੁਸ਼ ਰਹਿਣਾ ਸ਼ੁਰੂ ਕਰਤਾ ਨਾਂ,
ਡੁੱਟ-ਡੁੱਟ ਰੋਇਆ ਕਰੇਗਾ,

ਜਿਉਂਦੀ ਲਾਸ਼

ਅੰਦਰੋਂ ਅੰਦਰੀਂ ਮਰ ਰਿਹਾ ਇਹ ਸ਼ਰੀਰ,
ਜਿਉਂਦੀ ਲਾਸ਼ ਬਣਦਾ ਜਾ ਰਿਹਾ ਇਹ ਸ਼ਰੀਰ,
ਕੌਣ ਕਰਦੇ ਪਿਆਰ ਉਪਰੋਂ ਉਪਰੋਂ,
ਕੌਣ ਕਿੰਨਾ ਕਰਦਾ ਤੇ ਕੌਣ ਵੱਡ ਲੱਤਾਂ ਮੇਰੀਆਂ,
ਮਮੇਰੀਆਂ ਅੱਖਾਂ ਸਭ ਦੇਖਦੀਆਂ ਨੇ,

ਮੈ ਜੋ ਸੜ ਰਿਹਾ ਅੰਦਰੋਂ ਅੰਦਰੀਂ ,
ਸਭ ਤੁਹਾਡੀ ਮੇਹਰਬਾਨੀਆਂ ਨੑ,

ਮੇਰੇ ਮਰੇ ਤੇ ਅੱਖ ਨਾਲ ਭਰਨ,
ਜੋ ਅੱਜ ਅੱਗਾ ਲਾ ਖੁਸ਼ ਹੁੰਦੇ ਨੑ,,

ਤੇਰੇ ਤੋਂ ਕੋਈ ਸ਼ਕਾਇਤ ਨੀ ਰੱਬਾ,
ਬੱਸ ਇਨੑਾਂ ਪੁੱਛਣਾ ਚੋਣਾਂ,
ਸਾਫ ਦਿਲ ਵਾਲੇ ਕੁਲੀਆਂ,
ਤੇ ਕਾਲੇ ਦਿਲ ਵਾਲੇ ਮਹਿਲਾਂ ਵਿਚ ਬਠਾਏ ਹੋਏ ਨੑ,

ਕਿ ਹੋਇਆ ਰੱਬਾ ਸਾਡੇ ਲੇਖ ਏਨੇ ਮਾੜੇ ਲਿਖਤੇ,
ਕੇ ਸਾਡੇ ਆਵਦੇ ਸਾਡੇ ਖ਼ਿਲਾਫ਼ ਬਿਠਾਏ ਹੋਏ ਨੑ,

ਕੌਣ ਕਿੰਨਾ ਕਰਦਾ ਉੱਪਰ ਵਾਲਾ ਸਭ ਦਿਖਾ ਰਿਹਾ ਏ,
ਬੱਸ ਆ ਸ਼ਰੀਰ ਅੰਦਰੋਂ ਅੰਦਰੀਂ,
ਜੋ ਸੜ ਰਿਹਾ ਏ।

ਵੱਕਤ ਬਦਲਿਆਂ

ਜਿੱਦਾਂ-ਜਿੱਦਾਂ ਵਕਤ ਬਦਲਦਾ ਗਿਆ,
ਉਹਦੇ ਨਾਲ-ਨਾਲ ਲੋਕ ਵੀ ਬਦਲਦੇ ਗਏ,
ਮੇਰੀਆਂ ਹੀ ਕੀਤੀਆਂ ਬੁਰਾਈਆਂ ਮੇਰੀ ਪਿੱਠ ਪਿੱਛੇ,
ਤੇ ਮੂੰਹ ਤੇ ਲਾਡ ਲੜੌਂਦੇ ਰਹੇ,
ਵਿਚ ਬੈਠ ਹੱਸਣ ਤਾਂ ਕੀ ਦੇਣਾ,
ਇਹ ਤਾਂ ਰੋਣ ਵੀ ਨੀ ਦਿੰਦੇ,
ਅੱਜ ੨ ਮੀਟਰ ਦੀ ਦੂਰੀ ਰੱਖਦੇ ਸਾਡੇ ਤੋਂ,
ਜੋ ਕਦੇ ਨਾਲ ਜੁੜ ਜੁੜ ਬੈਠਦੇ ਰਹੇ,
ਸ਼ਰੀਰ ਹੀ ਖ਼ਤਮ ਹੋਇਆ ਏ, ਰੂਹ ਤਾਂ ਜਿਉਂਦੀ ਏ,
ਕਿਉਂਕਿ ਮੈ ਖੁਦ ਆਪਣੇ ਅੱਖੀਂ ਦੇਖਿਆ,
ਮੇਰੇ ਆਪਣੇ ਹੀ ਮੇਰੇ ਸਾਮਣੇ ਬੇਗਾਨੇ ਬਣਦੇ ਗਏ
ਮੇਰੇ ਸਾਮਣੇ ਮੇਰੀ ਲਾਸ਼ ਤੇ ਕਫ਼ਨ ਪੌਂਦੇ ਸੀ,
ਉਦੋਂ ਤਾਂ ਚਾਹੇ ਅੱਖਾਂ ਚੋਂ ਨੀਰ ਵੱਗਦਾ ਸੀ,
ਪਰ ਮਨੋਂ ਮਨ ਹੱਸਦੇ ਰਹੇ,
ਹੁਣ ਤਾਂ ਖੁਸ਼ੀਆਂ ਖੋ ਰੋਣਾ ਹਿੱਸੇ ਪਾ ਗਏ ਨੇ,
ਤੇ ਬੇਦਾਰਦੇ ਸ਼ਿੰਦਰ ਨੂੰ ਉਹੀ ਦਿੱਤੇ ਦੁੱਖ ਜਿਉਣਾ ਸਿੱਖਾਂ ਗਏ
ਨੇ,
ਜਿਉਣਾ ਸਿੱਖਾਂ ਗਏ ਨੇ...

ਸਿਰਫ਼ ਤੇਰੇ ਲਈ

ਰਾਹ ਵਿੱਚ ਜ਼ਿੰਦਗੀ ਗਾਲੀ ਤੇਰੀ ਖ਼ਾਤਿਰ ,
ਤਾਂ ਕਿ ਤੈਨੂੰ ਅਪਣਾ ਸਕਾਂ ,
ਪਰ ਅਸੀਂ ਆਵਦੇ ਆਪ ਨੂੰ ਪਿੱਛੇ ਕਰ ਲਿਆ ,
ਸਿਰਫ ਤੇਰੀ ਖ਼ਾਤਿਰ ,
ਤਾਂ ਕਿ ਤੇਰੇ ਬੁਲਾ ਤੇ ਹਾਸਾ ਦੇਖ ਸਕਾਂ,
ਪਰ ਤੂੰ ਸਾਡੀ ਕਦਰ ਨਾਂ ਪਾਈ ,
ਕਿਉਂਕਿ ਤੈਨੂੰ ਅਸੀਂ ਕੌਡੀਆਂ ਦੇ ਭਾਅ ਜੋ ਮਿਲ ਗਏ ਸੀ ,
ਕਿਤੇ ਉਹਨਾਂ ਨੂੰ ਪੁੱਛ ਕੇ ਦੇਖੀ ਸੱਜਣਾਂ,
ਜੋ ਸਾਨੂੰ ਪਾਉਣ ਲਈ ਲੱਖਾਂ ਦੁਆਵਾਂ ਕਰਦੇ ਨੇ,
ਪਰ ਅਸੀਂ ਉਹਨਾਂ ਵੱਲ ਅੱਖ ਚੱਕ ਨੀ ਦੇਖਦੇ,
ਸਿਰਫ ਤੇਰੀ ਖ਼ਾਤਿਰ,
ਅਸੀਂ ਰਾਹ ਵਿੱਚ ਗਾਲੀ ਜ਼ਿੰਦਗੀ ਆਵਦੀ,
ਤਾਂ ਕਿ ਤੈਨੂੰ ਆਪਣਾ ਬਣਾ ਸਕੀਏ ,
ਪਰ ਤੂੰ ਤਾਂ ਬਦਲ ਗਿਆ ,
ਸਿਰਫ ਪੈਸੇ ਖਾਤਿਰ ...

ਅੱਜ ਪੱਕੇ ਰਾਹੀਂ ਆਂ

ਮਰਨੋਂ ਬਚਿਆ ਤੇਰਾ ਯਾਰ ਕੁੜੇ,
ਨਹੀਂ ਤਾਂ ਅੱਜ ਸੀਵਾ ਸੇਕਦੀ ਫ਼ਿਰਨਾਂ ਸੀ,
ਜੀਣਾ ਸਿੱਖਾ ਤਾਂ ਉਸ ਦੁੱਖ ਨੇ,
ਨਹੀਂ ਥਾਂ-ਥਾਂ ਕੀਰਨੇ ਪੈਂਦੀ ਫ਼ਿਰਨਾਂ ਸੀ,
ਔਕਾਤ ਖ਼ਾਤਿਰ ਛੱਡਿਆ ਤੂੰ,
ਅੱਜ ਦੇਖ ਕਮਜ਼ਾਬੀ ਨੂੰ ਹੱਥ ਨੇ,
ਇਹ ਸਭ ਖ਼ੁਦ ਨੀ ਕੀਤਾ,
ਬੱਸ ਉਸ ਮਾਲਕ ਦੇ ਮੇਰੇ ਸਿਰ ਤੇ ਹੱਥ ਨੇ,
ਜ਼ਿੰਦਗੀ ਦਾ ਗਾਰਾ ਕਰਨਾ ਚਾਇਆ ਤੂੰ,
ਅੱਜ ਦੇਖ ਪੱਕੇ ਰਾਹੀਂ ਆ,
ਤੂੰ ਤਾਂ ਸੋਚਿਆਂ ਖ਼ਤਮ ਹੀ ਹੋਜੂ,
ਪਰ ਮੇਰੇ ਯਾਰ ਵੀ ਪੱਕੇ ਭਾਈ ਆ,
ਜਿੰਨ੍ਹਾਂ ਦੇ ਸਿਰ ਤੇ ਬੁੱਕਦਾ ਫ਼ਿਰਦਾ,
ਕਰਦੇ ਸ਼ਾਵਾਂ ਠੰਡੀਆਂ ਜਦੋਂ ਵੀ ਤੁਰਾਂ ਕੁੜੇ,
ਅੱਜ ਦੇਖ ਚੜ੍ਹਾਈ ਯਾਰ ਦੀ,
ਆਉਂਦਾ ਸਲਾਹ ਲੈਣ ਤੇਰਾ ਬੁੱਢਾ ਕੁੜੇ,
ਮਾਰਨਾ ਤਾਂ ਚਾਇਆ ਸ਼ਿੰਦਰ ਨੂੰ,
ਬੱਸ ਮਰਨੋਂ ਬਚਿਆ ਤੇਰਾ ਯਾਰ ਕੁੜੇ,
ਮਾਰਨੋਂ ਬਚਿਆ ਤੇਰਾ ਯਾਰ ਕੁੜੇ..

ਮੈਂ-ਮੈਂ ਨੂੰ ਮਾਰ ਲਿਆ

ਮੈਂ-ਮੈਂ ਤਾਂ ਬਹੁਤ ਕੀਤੀ,
ਪਰ ਮੈਂ ਕੁੱਛ ਬਣ ਨਾ ਪਾਇਆ,
ਝੂਠਾ ਤਾਂ ਬਹੁਤ ਲਿਖਿਆ ਆਵਦੇ ਬਾਰੇ,
ਪਰ ਸੱਚ ਕਦੇ ਮੈਂ ਲਿੱਖ ਨਾ ਪਾਇਆ,
ਦੂਜਿਆਂ ਨੂੰ ਮਜ਼ਬੂਤ ਬਨਾਉਂਦਾ-ਬਨਾਉਂਦਾ,
ਖੁੱਦ ਕਮਜ਼ੋਰ ਹੋ ਗਿਆ,
ਕਿਉਂਕਿ ਤੇਰੇ ਵਾਂਗਾ ਫੋਕਿਆਂ ਗੱਲਾਂ ਕਰ ਕਦੀ ਜਿੱਤ ਨਾ
ਪਾਇਆ,
ਅਦਮੋਇਆ ਜਿਹਾ ਬਣ ਇੱਕ ਖੂੰਜੇ ਬੈਠਾ ਰਹਿਣਾ,
ਕਦੇ ਸੁਣਿਆ ਆਈ ਮੌਤ ਤੋਂ ਵੀ ਕਦੀ ਕੋਈ ਜਿੱਤ ਪਾਇਆ,
ਸ਼ਿੰਦਰ ਲਿੱਖਦਾ-ਲਿੱਖਦਾ ਅਦਾ ਰਹਿ ਗਿਆ,
ਮਜਾਲ ਏ ਉਹਨੂੰ ਪੜ੍ਹ ਕਦੇ ਤੇਰਾ ਕੋਈ ਜਵਾਬ ਵੀ ਆਇਆ,
ਮੇਰੀ ਆਦਤ ਸੀ ਕੇ ਕੁਸ਼ ਦੇਖਾਂ ਸਭ ਨੂੰ,
ਪਰ ਤੂੰ ਉਹਨੂੰ ਵੀ ਉਜਾੜ ਕੇ ਰੱਖ ਤਾ,
ਖੇਰੇ ਤਾਂ ਹੀ ਅੱਜ ਤੱਕ ਮੈਂ ਆਪਣੇ ਹੱਥੀਂ ਆਪਣੇ ਆਪ ਨੂੰ ਕਦੀ
ਮਾਰ ਨਾ ਪਾਇਆ ,
ਸ਼ਾਹਿਦ ਐਸੇ ਕਰਕੇ ਮੈਂ ਕੁਸ਼ ਜ਼ਿੰਦਗੀ ਚੰ ਬਣ ਨਾ ਪਾਇਆ,
ਕਿਉਂਕਿ ਸਾਰੇ ਜੱਗ ਨੇ ਰਲ਼ਕੇ ਮੈਨੂੰ ਮਾਰਨਾ ਚਾਇਆ,
ਰਲ਼ਕੇ ਮੈਨੂੰ ਮਾਰਨਾ ਚਾਇਆ...

ਚੀਕ ਨਾਂ ਮਾਰੀ

ਜੇ ਚੁੱਪ ਆ ਤਾਂ ਡਰਪੋਕ ਨਾਂ ਜਾਣੀ,
ਕਿਸੇ ਦਾ ਦੁੱਖ ਦੇਖਿਆ ਨੀ ਜਾਂਦਾ,
ਇਸ ਕਰਕੇ ਰੂਹ ਕੰਬ ਜਾਂਦੀ ਆ,
ਪਰ ਸਾਨੂੰ ਕਮਜ਼ੋਰ ਨਾਂ ਜਾਣੀ,
ਜੋ ਅੱਜ ਮੁਕਾਮ ਤੇ ਆ ਆਵਦੀ ਜੁਰਤ ਤੇ ਆ,
ਕਿਸੇ ਕੋਲੋਂ ਕੁਝ ਲੈ ਕੇ ਖਾਦਾ ਇਹ ਵਹਿਮ ਨਾਂ ਪਾਲੀ,
ਜੇ ਸਲਾਮਤੀ ਚੋਣੇ ਉਂ ਜਾਨ ਦੀ,
ਤਾਂ ਮੇਰੀ ਪਿੱਠ ਪਿੱਛੇ ਕਦੇ ਬਕਵਾਸ ਨਾਂ ਮਾਰੀ,
ਕਿਉਂਕਿ ਜਿੰਨੂੰ ਕੋਲ ਤੂੰ ਸਾਡੀ ਬਦਨਾਮੀ ਕਰਦਾ,
ਉਹੀ ਤੇਰਾ ਮੂੰਹੋਂ ਹੱਗਾਇਆ ਸਾਨੂੰ ਖੁਦ ਦੱਸਦੇ ਨੇਂ,
ਜ਼ਿੰਦਾਂ ਮੈਂ ਆਪਣੀ ਆਈ ਤੇ ਆ ਗਿਆ ਨਾਂ ਮਿੱਤਰਾਂ,
ਫ਼ੇਰ ਆਵਦੇ ਵਾਰੀ ਚੀਕ ਨਾਂ ਮਾਰੀ,
ਆਵਦੇ ਵਾਰੀ ਚੀਕ ਨਾਂ ਮਾਰੀ...

ਮੇਰੀ ਪਿੱਠ ਤੇ ਵਾਰ

ਤੁੰਦ ਵਾਂਗ ਤੁੰਦਲੀ ਹੋ ਗਈ ਏ ਜ਼ਿੰਦਗੀ,
ਜਦੋਂ ਦੇ ਆਪਣਿਆਂ ਨੇ ਪਿੱਠ ਤੇ ਵਾਰ ਕੀਤੇ,
ਇਹ ਫੱਟ ਸੀਨੇ ਹੁਣ ਐਨੇ ਸੌਂਖੇ ਨੀ,
ਜੋ ਆਪਣਿਆਂ ਨੇ ਲੋਕਾਂ ਵਿੱਚ ਬਦਨਾਮ ਕੀਤੇ,
ਸ਼ਿੰਦਰ ਤਾਂ ਸਹਾਰ ਗਿਆ ਚੁੱਪ ਕਰਕੇ,
ਕਿਉਂਕਿ ਟੁੱਟਣੋਂ ਡਰਦਾ ਸੀ,
ਪਰ ਇੱਥੇ ਆਪਣਿਆਂ ਨੇ ਆਪਣੇ ਚੁੱਕ ਕੇ,
ਆਪਣਿਆਂ ਦੇ ਬਰਖ਼ਿਲਾਫ਼ ਕੀਤੇ,
ਅੱਜ ਕਿੰਨੀਆਂ ਨੂੰ ਲੁੱਟ ਕੇ ਖਾ ਲਿਆ ਤੂੰ,
ਸੱਚੋ ਸੱਚ ਦੱਸ ਵਪਾਰ ਕਦੋਂ ਦਾ ਸਟਾਰਟ ਕੀਤਾ,
ਸ਼ਾਹਿਦ ਚੰਗੇ ਦਿਨ ਆਉਣ ਗਏ,
ਇਸੇ ਕਰਕੇ ਤੇਰਾ ਬੇਸਬਰੀ ਨਾਲ ਇੰਤਜ਼ਾਰ ਕੀਤਾ,
ਹੁਣ ਤਾਂ ਖ਼ੋਰੇ ਮੌਤ ਹੀ ਆਉਣੀ ਏ,
ਸ਼ਾਹਿਦ ਇਹ ਸੋਚ ਅਸੀਂ ਵੀ ਖ਼ੁਸ਼ ਹੋ ਲਾਂ ਗਏ,
ਕੇ ਕਿਤੇ ਰੱਬ ਨੇ ਵੀ ਸਾਨੂੰ ਯਾਦ ਕਿੱਤਾ,
ਰੱਬ ਨੇ ਵੀ ਸਾਨੂੰ ਯਾਦ ਕਿੱਤਾ..

ਤੇਰੀਆਂ ਤੂੰ ਹੀ ਜਾਣੈਂ

ਦੇਖ ਫ਼ਰੀਦਾ ਨਜ਼ਾਰੇ ਕਰਤਾਰ ਦੇ,
ਕੋਈ ਨੱਚੇ ਪੈਸੇ ਖ਼ਾਤਿਰ,
ਤੇ ਕੋਈ ਪੈਸੇ ਦੇ ਨੱਚਾਵੇ,
ਜੇੜਾ ਕਰਦਾ ਮਾਣ ਜਵਾਨੀ ਦਾ,
ਉਹੀ ਬੁੱਢਾਪੇ ਚ ਪਛਤਾਵੇ,
ਜਿਸਮਾਂ ਦੇ ਆਸ਼ਿਕ਼ ਤਾਂ ਬਥੇਰੇ ਮਿਲਜੁ,
ਰੂਹ ਦਾ ਆਸ਼ਿਕ ਅੱਜ ਕੱਲ ਨਾ ਮਿਲ ਪਾਵੇ,
ਕਈਆਂ ਲਈ ਮਾਸ ਵੀ ਆ ਪ੍ਰੋਟੀਨ ਇੱਥੇ,
ਤੇ ਕਈਆਂ ਨੂੰ ਰੋਟੀ ਤੋਂ ਵੀ ਤਰਸਾਵੇ,
ਕੋਈ ਤਰਸੇ ਮਾਂ-ਬਾਪ ਦੇ ਪਿਆਰ ਨੂੰ,
ਕੋਈ ਥੱਕੇ ਦੇ ਘਰੋਂ ਬਾਹਰ ਭਜਾਵੇ,
ਇਹ ਕਿਹੋ ਜਹੀ ਦੁਨੀਆਂ ਹੋ ਗਈ ਰੱਬਾ,
ਆਪਣਿਆਂ ਨੂੰ ਆਪਣੇ ਹੱਥੀਂ ਮਾਰਵਾਵੇ,
ਆਪਣੇ ਹੱਥੀਂ ਮਾਰਵਾਵੇ...

ਕੱਲਿਆਂ ਤੁਰ ਜਾਣਾ ਜੱਗ ਤੋਂ,
ਇੱਥੇ ਕੋਈ ਨਾਂ ਤੇਰਾ,
ਦੂਜੇ ਲਈ ਜਿਉਣ ਦਾ ਕਿ ਫ਼ਾਇਦਾ,
ਇੱਥੇ ਕਰਦੇ ਸੱਭ ਮੇਰਾ-ਮੇਰਾ,
ਜੇੜੇ ਮੂੰਹ ਤੇ ਕਰਨ ਵਡਆਈਆਂ,
ਅਕਸਰ ਉਹੀ ਪਿੱਠ ਤੇ ਬਦਨਾਮੀ ਕਰਦੇ ਨੇ,
ਝੂਠਿਆਂ ਦਾ ਚੱਲਦਾ ਰਾਜ ਇੱਥੇ,
ਸੱਚੇ ਰੋਜ਼ ਮਰਦੇ ਨੇ,
ਹੁੰਦੇ ਇੰਡੀਆ ਤਾਂ ਕੁਝ ਨਾ ਬਣਦਾ,
ਏਸੇ ਕਰਕੇ ਸੋਚਿਆਂ ਲਾਈਏ ਬਾਹਰ ਦਾ ਇੱਕ ਗੇੜਾ,
ਜੇ ਸਾਂਭ ਦਾ ਨਾਂ ਦੇਸ਼ ਬਾਹਰਲਾ,
ਕਿੱਥੇ ਬਨਣਾ ਸੀ ਕੁਲੀਆਂ ਤੋਂ ਡੇਰਾ,
ਕਿੱਥੇ ਬਨਣਾ ਸੀ ਕੁਲੀਆਂ ਤੋਂ ਡੇਰਾ...

ਮੈਂ ਬਦਲ ਗਿਆ?

ਕੋਈ ਨਾ ਜਾਣੇ ਮੈਂ ਆਵਦੇ ਆਪ ਨੂੰ ਕਿੰਨ੍ਹਾ ਬਦਲ ਲਿਆ,
ਦੂਜੇ ਦੀਆਂ ਖੁਸ਼ੀਆਂ ਦੇਖਣੀਆਂ ਚੋਂਦਾ ਸੀ ਤੇ ਆਵਦੀ ਖੁਸ਼ੀਆਂ
ਦਾ ਗਲਾ ਕੁੱਟ ਲਿਆ,
ਆਵਦੇ ਸਵਾਰਥ ਲਈ ਤੂੰ ਭਰੇ ਬਜ਼ਾਰ ਮੈਨੂੰ ਦਿਨ ਦਾਹੜੇ ਲੁੱਟ
ਲਿਆ,
ਪਰ ਹੁਣ ਉਡੀਕਾਂ ਬੈਠ ਮੌਤ ਨੂੰ,
ਕਦੇ ਤੇਰੀ ਯਾਦ ਸਤੌਂਦੀ ਸੀ,
ਕਿਉਂਕੇ ਟਾਣੀ ਤੋਂ ਟੁੱਟੇ ਪੱਤੇ ਵਾਂਗ ਮੈਨੂੰ ਨਾਲੋਂ ਤੋੜ ਸੁੱਟ ਗਿਆ,
ਕਈਆਂ ਲਈ ਚੰਗਾ,
ਤੇ ਕਈਆਂ ਲਈ ਅੱਜ ਮਾੜਾ ਬਣ ਗਿਆ,
ਪਰ ਤੇਰੇ ਦਿੱਤੇ ਥੋਖੇ ਨਾਲ,
ਮੈਂ ਆਪਣੀ ਕਲਮ ਨਾਲ ਕਾਪੀ ਦਾ ਪੰਨਾ ਦੁੱਖਾਂ ਨਾਲ ਭਰ
ਗਿਆ,
ਅੱਜ ਹੁੰਦਾ ਸਰਦਾਰ ਹਰਬੰਸ ਸਿੰਘ,
ਦਿੰਦਾਂ ਜਿਉਣ ਦੀਆਂ ਮੈਨੂੰ ਹੱਲਾਸ਼ੇਰੀਆਂ,
ਛੱਡ ਗਿਆ ਤੂੰ ਮੈਨੂੰ ਨਿੱਕੇ ਹੁੰਦੇ,
ਅੱਜ ਪੁਰੀਆਂ ਕਰਦਾ ਸਭ ਰੀਜਾਂ ਤੇਰੀਆਂ,
ਹੁਣ ਦੇਖਾਂ ਕੱਲ੍ਹਾ ਬੈਠ ਰਾਹ ਸੀਵੇਆਂ ਦਾ,
ਖ਼ੋਰੇ ਕਦੇ ਤਾਂ ਤੂੰ ਆਵੇਗਾ,
ਆਕੇ ਗੱਲ ਨਾਲ ਲਾਵੇਗਾ, ਸ਼ਹਿਦ ਮੈਨੂੰ ਵੀ ਆਵਦੇ ਨਾਲ ਲੈ
ਜਾਵੇਂਗਾ,
ਮੈਨੂੰ ਵੀ ਆਵਦੇ ਨਾਲ ਲੈ ਜਾਵੇਂਗਾ...

ਮੇਰੀ ਫ਼ਿਤਰਤ ਨੀਂ

ਥੋਖੇ ਨਾਲ ਜਿੱਤਣ ਨਾਲੋਂ ਮੈਨੂੰ ਹਾਰਨਾਂ ਜ਼ਿਆਦਾ ਵਧਿਆ
ਲੱਗਦਾ,
ਕਿਸੇ ਨੂੰ ਪੁੱਠਾ ਸਿੱਧਾ ਬੋਲ ਨਾਮ ਬਣੌਨ ਨਾਲੋਂ ਮੈਨੂੰ ਥੱਲੇ ਨੀਵੇਂ
ਰਹਿਣਾਂ ਜ਼ਿਆਦਾ ਵਧਿਆ ਲੱਗਦਾ ,
ਕਿਸੇ ਨਾਲ ਬੇਢਾਲਤੁ ਦੀ ਬੈਂਸ ਨਾਲੋਂ ਚੁੱਪ ਰਹਿਣਾਂ ਚੰਗਾ
ਲੱਗਦਾ,
ਦੂਜੇ ਨੂੰ ਖੁਸ਼ ਦੇਖਣਾ ਮੇਰੀ ਆਦਤ ਆ ਤਾਂ ਹੀ ਸ਼ਾਹਿਦ ਮੈਨੂੰ
ਦੁੱਖਾਂ ਨਾਲ ਖੇਡਣਾਂ ਚੰਗਾ ਲੱਗਦਾ,
ਕਿਸੇ ਦੇ ਤਲਵੇ ਚੱਟਣ ਨਾਲੋਂ ਮੈਨੂੰ ਗ਼ਰੀਬੀ ਵਿੱਚ ਰਹਿਣਾਂ
ਜ਼ਿਆਦਾ ਵਧਿਆ ਲੱਗਦਾ,
ਖ਼ੇਰੇ ਤਾਂ ਹੀ ਸ਼ਿੰਦਰ ਨੂੰ ਆਪਣੇ ਆਪ ਚ ਰਹਿਣਾਂ ਵਧਿਆ
ਲੱਗਦਾ,
ਆਪਣੇ ਆਪ ਚ ਰਹਿਣਾਂ ਵਧਿਆ ਲੱਗਦਾ...

ਕੋਈ ਕਿਸੇ ਦਾ ਸਕਾ ਨੀਂ

ਵਕਤ ਕਿਸੇ ਦਾ ਸਕਾ ਨੀ,
ਪਰ ਤੂੰ ਤਾਂ ਆਪਣਾ ਆਵਦਾ ਸੀ,
ਫੇਰ ਤੂੰ ਕਿਉਂ ਵਕਤ ਤੋਂ ਵੀ ਪਹਿਲਾਂ ਬਦਲ ਗਿਆ ਸੱਜਣਾਂ...

ਆਵਦੇ ਬਾਰੇ ਨੀਂ ਲਿੱਖਦਾ?

ਸ਼ਾਇਰੀ ਤਾਂ ਚੰਗੀ ਕਰ ਲੈਨਾ,
ਉਹਨੂੰ ਪੜੁਕੇ ਕਿਸੇ ਦੇ ਦਿਲ ਕਿ ਬੀਤੂ ਇਹ ਨਾ ਤੂੰ ਸੋਚਿਆ,
ਜਿੰਨ੍ਹਾਂ ਨੂੰ ਤੂੰ ਰੋਜ਼ ਗਲੇ ਲਾ-ਲਾ ਸੁੱਟਦਾ,
ਉਹੀ ਤੈਨੂੰ ਆਵਦੀ ਜਾਨ ਤੋਂ ਵੀ ਜ਼ਿਆਦਾ ਕਰਦੇ ਪਿਆਰ ਕਦੇ
ਇਹ ਕਿਉਂ ਨਾ ਸੋਚਿਆ,
ਰਜਿਆਂ ਨੂੰ ਤਾਂ ਰੋਜ਼ ਰਜ਼ੋਨਾ ਤੂੰ,
ਜੋ ਬੈਠੇ ਸੜਕਾਂ ਤੇ ਭੁੱਖੇ ਪਿਆਸੇ ਗ਼ਰੀਬ ਬਾਰੇ ਕਿਉਂ ਨੀ
ਸੋਚਿਆ,
ਹਮੇਸ਼ਾ ਮੈਨੂੰ ਰੋਂਦੇ ਨੂੰ ਦੇਖਦਾ,
ਮੈਂ ਪਹਿਲਾਂ ਕਿੰਨ੍ਹਾ ਹੱਸਦਾ ਸੀ ਕਦੇ ਇਹ ਨੀ ਸੋਚਿਆ,
ਲੋਕਾਂ ਨੂੰ ਦੇਖ ਲਿੱਖਣਾ ਤਾਂ ਸਿੱਖ ਲਿਆ,
ਕਦੇ ਆਵਦੀ ਜ਼ਿੰਦਗੀ ਬਾਰੇ ਲਿੱਖਣ ਦਾ ਨੀ ਸੋਚਿਆ,
ਖੁਦ ਤੂੰ ਪੀਟਾਂ ਪੱਬ ਚ ਬੈਠ ਸ਼ਰਾਬਾਂ,
ਕਦੇ ਮਾਂ-ਬਾਪ ਨੂੰ ਪਾਣੀ ਦਾ ਘੁੱਟ ਵੀ ਕਿਉਂ ਨਾ ਪੁੱਛਿਆ,
ਤੂੰ ਤਾਂ ਜਿੱਦਾਂ ਕਿਦਾਂ ਦਾ ਸੀ ਤੈਨੂੰ ਵੀ ਪਤਾ ਏ,
ਪਰ ਮੈਂ ਆਵਦੇ ਆਪ ਨੂੰ ਤੇਰੇ ਲਈ ਕਿੰਨ੍ਹਾ ਬਦਲਿਆ ਕਦੇ
ਇਹ ਨੀ ਸੋਚਿਆ,
ਬੁੱਲ੍ਹੇ ਸ਼ਾਹ ਮੈਂ ਪਿਆਰ ਕੀਤਾ ਖੁਦਾ ਮੰਨਕੇ,
ਪਰ ਉਹਨੇ ਮੈਨੂੰ ਅੱਖਾਂ ਤੋਂ ਹੰਕਾਰ ਦੀ ਪੱਟੀ ਖੋਲ੍ਹ ਇਕ ਵਾਰ ਵੀ
ਨਾ ਦੇਖਿਆ,
ਤੂੰ ਕਿਆ ਆਪਣੀ ਜਾਤ ਵੱਖਰੀ ਏ,
ਜਦੋਂ ਪਿਆਰ ਕੀਤਾ ਉਦੋਂ ਕਾਸਟ ਨੂੰ ਫੇਰ ਕਿਉਂ ਨਾ ਦੇਖਿਆ,
ਸ਼ਿੰਦਰ ਨੇ ਤਾਂ ਦੁੱਖਾਂ ਨੂੰ ਆਵਦੀ ਲਿਖ਼ਤ ਬਣਾ ਲਿੱਖਤਾ ਕਾਪੀ
ਦੇ ਪੰਨਿਆਂ ਤੇ,
ਖ਼ੋਰੇ ਤਾਂ ਹੀ ਸਿਵੇਆਂ ਦੇ ਰਾਹ ਤੇ ਤੁਰਦਿਆਂ ਕਾਮਜਾਬੀ ਦਾ
ਰਾਹ ਨਾ ਦਿਖਿਆ,
ਕਾਮਜਾਬੀ ਦਾ ਰਾਹ ਨਾ ਦਿਖਿਆ....#

ਔਕਾਤ

ਜੇੜ੍ਹੇ ਕਹਿੰਦੇ ਤੇਰੀ ਤਾਂ ਸਾਈਕਲ ਖ਼ਰੀਦਣ ਦੀ ਵੀ ਔਕਾਤ ਨੀ,
ਥੋੜ੍ਹਾ ਸਮਾਂ ਹੋਰ ਆ,
ਇਕ ਦਿਨ ਐਸਾ ਦੌਰ ਲਿਆਵਾਂ ਗਏ,
ਉਹਨਾਂ ਨੂੰ ਹੀ ਆਵਦਾ ਡਰਾਈਵਰ ਰੱਖ ਸ੍ਰਗਾ ਤੱਕ ਜਾਵਾ
ਗਏ,
ਸ੍ਰਗਾ ਤੱਕ ਜਾਵਾ ਗਏ..

ਆਪਣੀ ਤਕਦੀਰ..

ਨਿੱਕੇ ਹੁੰਦੇ ਸੁਣਦੇ ਸੀ ਹਮੇਸ਼ਾਂ ਆਪਣੇ ਆ ਨਾਲ ਚੱਲੀ ਦਾ,
ਅੱਜ ਸੁਰਤ ਸੰਭਾਲੀ ਤਾਂ ਪਤਾ ਲੱਗਾ,
ਨਾਲ ਚੱਲਦੇ-ਚੱਲਦੇ ਆਪਣੇ ਹੀ ਪਿੱਛੇ ਛੱਡ ਜਾਂਦੇ ਨੇ,
ਸੁਣਦੇ ਸੀ ਮਾੜੇ ਟਾਈਮ ਆਪਣੇ ਹੀ ਸਾਥ ਦਿੰਦੇ ਨੇ,
ਸਾਨੂੰ ਪਤਾ ਹੀ ਬਾਅਦ ਲੱਗਾ,
ਅਕਸਰ ਮਾੜਾ ਸਮਾਂ ਦਿਖੇਂਦੇ ਵੀ ਆਪਣੇ ਹੀ ਨੇ,
ਮੈਂ ਤਾਂ ਅੱਖਾਂ ਤੇ ਪੱਟੀ ਬੰਨ ਕਿੱਤਾ ਯਕੀਨ ਤੇਰਾ,
ਖ਼ੋਰੇ ਤਾਂ ਹੀ ਅੱਜ ਅੱਖਾਂ ਚੋਂ ਨੀਰ ਬੜਾ ਵੱਗਦਾ ਏ,
ਜਿੰਦਨ ਦਾ ਛੱਡਿਆ ਤੂੰ ਸੱਜਨਾਂ,
ਬੱਸ ਉਦੋਂ ਦਾ ਸ਼ਿੰਦਰ ਆਪਣੀ ਤਕਦੀਰ ਨਾਲ ਲੜਦਾ ਏ,
ਤਕਦੀਰ ਨਾਲ ਲੜਦਾ ਏ...

ਸਾਮੁੜੈ ਨਾਂ ਆਈ

ਜੇ ਜਾਣਾ ਚੋਣਾਂ ਤੇ ਮੁੜਕੇ ਨਾ ਆਈ,
ਜੇ ਅੱਜ ਫ਼ਾਹਾ ਵੱਢ ਕੇ ਜਾਣਾ,
ਤਾਂ ਮਰੇ ਤੇ ਮੂੰਹ ਨਾ ਦਿਖਾਈ,
ਮੈਂ ਤਾਂ ਜਿੱਦਾਂ ਅੱਗੇ ਕੱਟੀ ਉਦਾਂ ਹੀ ਕੱਢਲੂ ਗਾ,
ਬੱਸ ਮੇਰੀ ਕਬਰ ਤੇ ਜਨਾਬ,
ਆਵਦੇ ਹੱਥੀਂ ਮਿੱਟੀ ਨਾ ਪਾਈ,
ਅੱਖਾਂ ਚੋਂ ਖੁਨ ਦੇ ਹੰਝੂ,
ਤੇ ਦਿਲ ਚੋਂ ਅੱਗ ਨਿਕੱਲਦੀ ਰਹੀ,
ਬੱਸ ਹੁਣ ਭੁੱਲ ਕੇ ਵੀ ਸਾਡੀ ਗਲੀ ਫੇਰਾ ਨਾ ਪਾਈ,
ਮੈਂ ਤਾਂ ਕਦੋਂ ਦਾ ਰੁਲ ਜਾਣਾ ਸੀ,
ਜੇ ਮਾਨ ਨਾ ਹੁੰਦਾ,
ਇਸ ਬੇਸਹਾਰੇ ਤੇ ਬੇਅਕਲੇ ਦਿਲ ਚੋਂ ,
ਕੱਦ ਦਾ ਭੁਲਾ ਦਿੰਦਾ,
ਜੇ ਸ਼ਿੰਦਰ ਨੂੰ ਤੇਰੇ ਨਾਲ ਪਿਆਰ ਨਾ ਹੁੰਦਾ,
ਜਿੱਦਣ ਤੁਰਿਆ ਇਸ ਜਹਾਨ ਉੱਤੋਂ,
ਮੇਰੇ ਮਰ ਤੇ ਤੂੰ ਚਾਹੇ ਹੱਸੀ,
ਚਾਹੇ ਨੱਚੀ, ਚਾਹੇ ਭੰਗੜਾ ਹੀ ਕਿਉਂ ਨਾ ਪਾਈ,
ਬੱਸ ਇਕ ਮੇਹਰਬਾਨੀ ਕਰੀ ,
ਆਵਦੀ ਅੱਖਾਂ ਚੋਂ ਫੋਕਾ ਹੰਝੂ ਨਾ ਲਿਆਈ,
ਫੋਕਾ ਹੰਝੂ ਨਾ ਲਿਆਈ...

ਆਪਣਾ-ਆਪਣਾ ਖਹਿਣ ਵਾਲਿਆਂ,
ਆਪਣਾ ਬਣਕੇ ਵੀ ਤਾਂ ਦਿੱਖਾ,
ਹਮੇਸ਼ਾ ਦਿਲ-ਦਿਲ ਕਰਨ ਵਾਲਿਆਂ,
ਇੱਕ ਵਾਰ ਦਿਲ ਦੇ ਕੇ ਤਾਂ ਦਿੱਖਾ,
ਐਸੀਆਂ ਸੱਟਾਂ ਮਾਰੀਆਂ ਦਿਲ ਤੇ ਤੂੰ,
ਕੇ ਦੋਬਾਰਾ ਮੇਰੇ ਕੋਲੋਂ ਜੋੜਿਆਂ ਨੀ ਜਾਂਦਾ,
ਜੇ ਯਾਰੀ ਲਾਕੇ ਨਿਬੋਣ ਦੀਆਂ ਸੋਹਾਂ ਖਾਦੀਆਂ ਹੋਣ,
ਤਾਂ ਯਾਰੀ ਵਿੱਚ ਦਿਲ ਪੈਰਾਂ ਥੱਲੇ ਰੋਲਿਆ ਨੀ ਜਾਂਦਾ,
ਜਿੰਨੀ ਅੱਗ ਸੀਵੇਆਂ ਚ ਹੁੰਦੀ ਸੱਜਣਾਂ,
ਉਹਦੇ ਨਾਲੋਂ ਜਾਦੀ ਸਾਡੇ ਦਿਲ ਲੱਗੀ ਸੀ,
ਜੇ ਤੂੰ ਨਾ ਜਾਂਦਾ ਛੱਡ ਕੇ,
ਤਾਂ ਇਹ ਦੁਨੀਆਂ ਅਸੀਂ ਕੱਦ ਦੀ ਜਿੱਤੀ ਸੀ,
ਸਾਨੂੰ ਤਾਂ ਆਪਣੇ ਖੁੱਦ ਤੇ ਯਕੀਨ ਨਾ ਰਿਹਾ ਤੇਰੇ ਤੇ ਕਿਦਾਂ
ਕਰਦੇ,
ਤੂੰ ਬਦਲਿਆਂ ਤਾਂ ਅਸੀਂ ਬਦਲੇ,
ਹੁਣ ਤੂੰ ਹੀ ਦੱਸ ਅਸੀਂ ਦੋਬਾਰਾ ਮਹੁੱਬਤ ਕਿੱਦਾਂ ਕਰਦੇ,
ਤੂੰ ਸੋਚਿਆ ਜੇ ਛੱਡ ਤਾ, ਤਾਂ ਰੁਲਜੂ,
ਜੇ ਦਿਲੋਂ ਹੀ ਕੱਢਤਾ ,ਲਿਖਣਾ ਭੁੱਲਜੂ,
ਅੱਜ ਪੱਲੇ ਕਾਪੀ ਪੈਨ ਨੇ ਮੇਰੇ,
ਜੀਦੇ ਨਾਲ ਮੈਂ ਲਿਖਤੇ ਥੋਖੇ ਤੇਰੇ,
ਸ਼ਿੰਦਰ ਨਿਕਲਿਆ ਬੇਦਰਦਾਂ,
ਇਹ ਥੋਲ-ਥੋਲ ਲੋਕਾਂ ਚ ਭਾਂਡਿਆਂ ,
ਅੱਜ ਮੈਨੂੰ ਛੱਡ ਜੇੜਾ ਲੱਭਿਆ ਦੂਜਾ,
ਸੱਚੋ ਸੱਚ ਦੱਸੀਂ ਉਹ ਕਿੰਨਾਂ ਚਿਰ ਹੱਢਿਆ,
ਉਹ ਕਿੰਨਾਂ ਚਿਰ ਹੰਢਿਆ ...

ਮੇਰਾ ਸੀਨਾਂ ਸੜਦਾ

ਹਵਾ ਤਾਂ ਠੰਢੀ ਸੀ,
ਪਰ ਸੀਨੇ ਅੱਗ ਲੱਗਦੀ ਰਹੀ,
ਅੱਜ ਕੱਲੀ ਬੈਠ ਰੋਂਦੀ ਹਊ,
ਜੋ ਕਦੇ ਨਾਲ ਸਾਡੇ ਹੱਸਦੀ ਰਹੀ,
ਜੋ ਪਿਆਰਾ ਦੀ ਪਾਈ ਪੀਂਗ ਸੀ ਸੱਜਣਾਂ,
ਅੱਜ ਗ਼ਾਲਣੀ ਸ਼ੁਰੂ ਹੋ ਗਈ ਏ,
ਕੀਨਾਂ ਜੁੜ ਗਈਆਂ ਤਾਰਾਂ ਸੱਜਣਾਂ,
ਜੋ ਮਹੁੱਬਤ ਸਾਡੇ ਲਈ ਘੱਟਣੀ ਸ਼ੁਰੂ ਹੋ ਗਈ ਏ,
ਤੇਰੇ ਨਾਲ ਤਾਂ ਇੰਝ ਲੱਗਦਾ ਸੀ,
ਜੀਵੇ ਜੇਠ ਹਾੜ੍ਹ ਦੇ ਮਹੀਨੇ ਵਿੱਚ,
ਭਾਦੋਂ ਆ ਗਈ ਹੋਵੇ,
ਤੇ ਤੇਰੇ ਜਾਣ ਤੇ ਇੰਝ ਲੱਗਿਆ,
ਜਿਵੇਂ ਕੋਈ ਜਿਉਂਦੇ ਨੂੰ ਵੱਢ ਕੇ ਦੱਬ ਗਿਆ ਹੋਵੇ,
ਸ਼ਿੰਦਰ ਨੂੰ ਤਾਂ ਬੱਸ ਇੱਕ ਗੱਲ ਮਾਰਦੀ ਰਹੀ,
ਮੇਰੇ ਨਾਲ ਤਾਂ ਜੋ ਕਿੱਤਾ-ਕਿੱਤਾ,
ਮੇਰੇ ਤੋਂ ਇਲਾਵਾ ਹੋਰ ਕਿੰਨਿਆਂ ਨੂੰ ਤੂੰ ਚਾਰਦੀ ਰਹੀ,
ਹੋਰ ਕਿੰਨਿਆਂ ਨੂੰ ਤੂੰ ਚਾਰਦੀ ਰਹੀ..

ਮੈਂ ਨੀਂ ਸਮਝ ਪਾਇਆ

ਇਹ ਦੁਨੀਆਂ ਦੇ ਤੌਰ ਤਰੀਕੇ ਸਮਜ ਨੀ ਉਂਦੇ ਜਨਾਬ,
ਜੋ ਨਿਵੇਂ ਤੇ ਨਿਮਰਤਾ ਨਾਲ ਚੱਲਦੇ ਨੇ,
ਅਕਸਰ ਉਹ ਹੀ ਜੱਗ ਉੱਪਰ ਖੁਦ ਨੂੰ ਮਾੜਾ ਕਹੈਂਦੇ ਨੇ,
ਮੈ ਆਪਣੇ ਆਪ ਨੂੰ ਇਨ੍ਹਾਂ ਬਦਲ ਲਿਆ ਸੱਜਣਾਂ,
ਕਿਉਂਕਿ ਜਿੰਨ੍ਹਾਂ ਲਈ ਮੈਂ ਸਭ ਤੋਂ ਚੰਗਾ ਹੁੰਦਾ ਸੀ,
ਅੱਜ ਉਹੀ ਸਾਰਿਆਂ ਸਾਮਣੇ ਮੈਨੂੰ ਮਾੜਾ ਬਣੌਂਦੇ ਨੇ,
ਮੈਂ ਚੁੱਪ ਬੈਠਾ ਰਿਹਾ ਸਿਰਫ਼ ਤੇਰੇ ਕਰਕੇ,
ਮੈਂ ਸਭ ਸਹਿ ਗਿਆ ਸਿਰਫ਼ ਤੇਰੇ ਕਰਕੇ,
ਸਭ ਯਾਰ ਛੱਡ ਬੈਠਾ ਸੀ ਸਿਰਫ਼ ਤੇਰੇ ਕਰਕੇ,
ਇਥੋਂ ਤੱਕ ਮੈਂ ਆਪਣਾ ਪਰਿਵਾਰ ਛੱਡ ਬੈਠਾ ਸੀ ਸਿਰਫ਼ ਤੇਰੇ
ਕਰਕੇ,
ਪਰ ਤੂੰ ਸਾਡਾ ਮੁਲ ਨਾਂ ਪਾਇਆ,
ਕਿਉਂਕਿ ਮੈਂ ਖ਼ੁਦ ਨੂੰ ਬਰਬਾਦ ਕਰ ਬੈਠਾ ਸੀ ਸਿਰਫ਼ ਤੇਰੇ
ਕਰਕੇ,
ਸ਼ਾਇਦ ਇਹਹੀ ਮੇਰੀ ਸਜ਼ਾ ਸੀ,
ਜੋ ਤੂੰ ਮੈਨੂੰ ਦੇ ਕੇ ਤੁਰ ਗਿਆ ਏ,
ਇਸ ਸ਼ਿੰਦੇਰ ਬੇਦਰਦੇ ਦਿਲ ਵਿੱਚ ਛੁਰਾ ਖੋਭ ਕੇ ਤੁਰ ਗਏ ਨੇ,
ਹੁਣ ਤਾਂ ਇੰਝ ਲੱਗਦਾ,
ਜਿਵੇਂ ਜਿਉਂਦੇ ਇਸ ਇਸ ਜੱਗ ਉੱਪਰ ਤੋਂ ਤੁਰ ਗਏ ਨੇ...

ਜਿਉਂਦੀ ਲਾਸ਼ ਤੇ ਮਾਰਿਆ ਬੰਦਾ

ਇਕ ਜਿਉਂਦੀ ਲਾਸ਼ ਮਿਲੀ ਮਰੇ ਬੰਦੇ ਨੂੰ ਤੇ ਪੁੱਛਣ ਲੱਗਾ,
ਤੂੰ ਕਿਉਂ ਪਟਕਦਾ ਫ਼ਿਰਦਾ ਮਿੱਤਰਾਂ,
ਤਾਂ ਅਗੋਂ ਜਵਾਬ ਆਇਆ ਕਹਿੰਦਾ,
ਜਿੰਨਾਂ ਲਈ ਅਸੀਂ ਹਮੇਸ਼ਾਂ ਜਾਣ ਕੇ ਹਾਰਦੇ ਸੀ,
ਅੱਜ ਉਹੀ ਸਾਨੂੰ ਜ਼ਿੰਦਗੀ ਤੋਂ ਹਰਾ ਕੇ ਕਹਿੰਦੇ,
ਤੇਰੀ ਏਨੀ ਔਕਾਤ ਨੀ ਸੀ ਵੀ ਤੂੰ ਸਾਡੇ ਤੋਂ ਜਿੱਤ ਸਕੇ,
ਬਾਅਦ ਵਿਚ ਉਹੀ ਲਾਸ਼ ਮਰੇ ਬੰਦੇ ਨੂੰ ਪੁੱਛਦੀ ਏ,
ਤੇਰੇ ਨਾਲ ਕਿ ਬਿੱਤੀ,
ਤਾਂ ਅੱਗੇ ਤੋਂ ਛੋਟੇ ਲਫ਼ਜ਼ਾਂ ਚੋਂ ਵੱਡਾ ਜਵਾਬ ਆਇਆ ,
ਸਾਨੂੰ ਤਾਂ ਸਾਡੇ ਸੱਜਣ ਸੂਲੀ ਲਟਕਾ ਕੇ ,
ਤੇ ਫ਼ਾਹੇ ਟੰਗ ਕੇ ਗਏ ਨੇ,
ਮੈਂ ਤਾਂ ਉਦੋਂ ਹੀ ਮਰ ਗਿਆ ਸੀ,
ਜਿੱਦਣ ਸਾਡੇ ਆਵਦੇ ਸਾਡੇ ਪੈਰਾਂ ਥਲੋਂ ਜ਼ਮੀਨ ਕੱਢ ਕੇ ਗਏ ਨੋਂ
,
ਸਾਡੀ ਜਿਉਂਦੀ ਲਾਸ਼ ਵੱਡ ਕੇ ਗਏ ਨੇ...

ਸਿਰਫ਼ ਤੇਰੇ ਕਰਕੇ..

ਮੈਂ ਤੇਰੇ ਕਰਕੇ ਆਵਦੇ ਆਪ ਨੂੰ ਬਦਲਿਆ ਸੱਜਣਾਂ,
ਪਰ ਤੂੰ ਸਾਨੂੰ ਬਦਲ ਕੇ ਖੁਦ ਬਦਲ ਜਾਇਗਾ,
ਇਹ ਕਦੀ ਨੀ ਸੀ ਸੋਚਿਆ,
ਤੂੰ ਜੋ ਕਿਆ ਉਹ ਮੈ ਕਿੱਤਾ,
ਸਿਰਫ਼ ਤੇਰੇ ਕਰਕੇ ਘੁੱਟ ਸਬਰਾਂ ਦਾ ਪੀਤਾ,
ਜਿੰਨਾਂ ਤਾਰਿਆਂ ਨੂੰ ਦੇਖ ਆਪਾਂ ਦੋਵੇਂ ਹੱਸਦੇ ਹੁੰਦੇ ਸੀ,
ਹੁਣ ਉਹੀ ਮੈਨੂੰ ਕੱਲਿਆਂ ਬੈਠਾ ਦੇਖ ਹੱਸਦੇ ਨੇ,
ਅੱਜ ਛੱਡ ਕੇ ਗਿਆ ਤੇ ਪਤਾ ਲੱਗਾ ਸੱਜਣਾਂ,
ਤੇਰੇ ਕਿੱਤੇ ਵਾਅਦੇ ਨਿਕਲੇ ਕੱਚੇ ਆ,
ਪਰ ਤੂੰ ਸਾਨੂੰ ਬਦਲ ਕੇ ਖੁਦ ਬਦਲ ਜਾਇਗਾ,
ਇਹ ਨੀ ਸੀ ਸੋਚਿਆ,
ਇਹ ਨੀ ਸੀ ਸੋਚਿਆ....

ਜ਼ਿੰਦਗੀ ਹਰਾ ਗਈ।

ਚੁੱਪ-ਚੁੱਪ ਜਿਹਾ ਰਹਿੰਦਾ ਏ,
ਨਾ ਹੱਸਦਾ ਨਾ ਰੋਂਦਾ ਏ,
ਨਾ ਹੁਣ ਲੜਦਾ ਨਾ ਹੁਣ ਖਹਿੰਦਾ ਏ,
ਕਿਉਂਕਿ ਖ਼ੁਦ ਨੂੰ ਇੰਝ ਲੱਗਦਾ,
ਜਿਵੇਂ ਬਿਨ ਪਾਣੀ ਦਾਰਿਆਂ ਹਾਂ,
ਸ਼ਾਹਿਦ ਏਸੇ ਕਰਕੇ ਖ਼ੁਦ ਦੀ ਜ਼ਿੰਦਗੀ ਤੋਂ ਹਰਿਆਂ ਹਾਂ,
ਖ਼ੁਦ ਜ਼ਿੰਦਗੀ ਤੋਂ ਹਰਿਆਂ ਹਾਂ...

ਕੋਈ ਚੱਕਰ ਨੀਂ

ਕਜੀਆਂ ਨੇ ਵਰਤ ਕੇ ਛੱਡਿਆ,
ਤੇ ਕੋਈ ਵਰਤ ਰਿਹਾ ਏ,
ਬਹੁਤਿਆਂ ਨੇ ਮਾਰਿਆ ਛੁਰਾ ਪਿੱਠ ਤੇ,
ਤੇ ਕੋਈ ਗਾਲ ਕੁੱਟ ਰਿਹਾ ਏ,
ਹੁਣ ਤਾਂ ਇੰਜ਼ ਲੱਗਦਾ,
ਬੱਸ ਅੱਦ ਮਰਿਆਂ ਹਾਂ,
ਕਿਉਂਕਿ ਮੈ ਖੁੱਦ ਆਪਣੀ ਜ਼ਿੰਦਗੀ ਤੋਂ ਹਰਿਆਂ ਹਾਂ,
ਖੁੱਦ ਆਪਣੀ ਜ਼ਿੰਦਗੀ ਤੋਂ ਹਰਿਆਂ ਹਾਂ..

ਹੋਲੀ-ਹੋਲੀ ਮੰਜ਼ਿਲ ਵੱਲ ਵੱਧਦੇ ਸੀ,
ਪਰ ਆਪਣੇ ਜੜਾਂ ਵੱਢਦੇ ਗਏ,
ਜੇੜੇ ਕਹਿੰਦੇ ਸੀ ਹਮੇਸ਼ਾਂ ਤੇਰੇ ਨਾਲ ਆ,
ਸਭ ਤੋਂ ਪਹਿਲਾਂ ਉਹੀ,
ਇਸ ਪੀੜ ਵਿੱਚ ਹੱਥ ਛੁੜਾ ਕੇ ਗਏ,
ਅੱਜ ਉਹੀ ਕਹਿੰਦੇ ਕੌਣ ਆ ਤੂੰ,
ਜਿੰਨਾ ਲਈ ਮੈਂ ਆਪਣਾ ਆਪ ਵੀ ਹਰਿਆਂ ਏ,
ਪਰ ਅਫ਼ਸੋਸ ਜਾਂਦੇ ਕਹਿ ਹੀ ਗਏ ਅਖੀਰ,
ਤੂੰ ਤਾਂ ਸਾੜੇ ਭਾਣੇ ਕੱਦ ਦਾ ਮਰਿਆਂ ਏ,
ਕੱਦ ਦਾ ਮਰਿਆਂ ਏ...

ਦਫ਼ਨ ਹੋਇਆ ਸਰੀਰ

ਮੇਰੇ ਸੁਪਨੇ ਵਿੱਚ ਜਦੋਂ ਆਉਂਦੀ ਤੇਰੀ ਯਾਦ ਸੱਜਣਾਂ,
ਇੰਝ ਲੱਗਦਾ ਜਿਵੇਂ ਦਫ਼ਨ ਮੁਰਦੇ ਵਿੱਚ ਪੈ ਗਈ ਹੋਵੇ,
ਦੋਬਾਰਾ ਜਾਨ ਸੱਜਣਾਂ ,
ਤੇਰੇ ਹਾਸੇ ਨਾਲ਼ ਤਾਂ ਵੱਸਦਾ ਇਹ ਛੋਟਾ ਜਿਹਾ,
ਜੋ ਦਿਲ ਮੇਰੇ ਵਿੱਚ ਏ ਘਰ ਸੱਜਣਾਂ,
ਤੂੰ ਕੋਲ ਹੋਵੇ ਜਾਂ ਨਾ ਹੋਵੇ,
ਪਰ ਤੇਰਾ ਹਮੇਸ਼ਾ ਰਹਿੰਦਾ ਖਿਆਲ,
ਮੇਰੇ ਨਾਲ ਸੱਜਣਾਂ,
ਪਰ ਸਾਨੂੰ ਮਹਿੰਗਾ ਪਿਆ ਤੇਰੇ ਸ਼ਹਿਰ ਆਉਣਾ,
ਖ਼ੁਦ ਨੂੰ ਹੀ ਗਵਾ ਬੈਠਾ,
ਫੇਰ ਤੈਨੂੰ ਕਿ ਖ਼ਾਕ ਪਾਉਣਾ,
ਹੁਣ ਕੋਈ ਕੋਲ ਹੋਵੇ ਚਾਹੇ ਨਾ,
ਕੋਈ ਸਾਡੇ ਲਈ ਰੋਵੇ ਚਾਹੇ ਨਾ,
ਕੋਈ ਨਾਲ ਹੋਵੇ ਚਾਹੇ ਦੂਰ ਹੋਵੇ,
ਕੋਈ ਹੱਸੇ ਜਾਂ ਮੂੰਹ ਵਟੇ,
ਮੈਨੂੰ ਫਰਕ ਨੀ ਪੈਂਦਾ,
ਕਿਉਂਕਿ ਦੁੱਖਾਂ ਦਾ ਪਿਆਲਾ ਕਿਸੇ ਹੋਰ ਦਾ,
ਅਸੀਂ ਆਵਦੇ ਹੱਥੀਂ ਖ਼ੁਦ ਪੀਤਾ,
ਖ਼ੁਦ ਪੀਤਾ...

ਬੇਸ਼ਰਮ

ਜਦੋਂ ਕੋਲ ਸੀ ਤਾਂ ਕਦਰ ਨਾ ਪਾਈ,
ਅੱਜ ਦੂਰ ਹੋਏ ਤਾਂ ਕਹਿੰਦੇ,
ਸਾਡੇ ਜਿੰਨੀ ਕੋਈ ਕਦਰ ਖ਼ੈਰ ਪਾ ਗਿਆ ਤਾਂ ਦੱਸੀ...
ਤੇਰੇ ਸਾਹਾਂ ਨਾਲ ਤਾਂ ਸਾਡੇ ਸਾਹ ਚੱਲਦੇ ਸੀ ਸੱਜਣਾਂ,
ਪਰ ਬੇਸ਼ਰਮਾਂ ਫੇਰ ਵੀ ਤੈਨੂੰ ਸ਼ਰਮ ਨਾ ਆਈ,
ਜੋ ਅਸੀਂ ਚੱਲਿਆ ਤੇਰੇ ਨਾਲ ਰਹਿਕੇ,
ਕੋਈ ਹੋਰ ਸਹਿ ਗਿਆ ਤਾਂ ਦੱਸੀ,
ਜਦੋਂ ਕੋਲ ਸੀ ਤਾਂ ਕਦਰ ਨਾ ਪਾਈ,
ਅੱਜ ਦੂਰ ਹੋਏ ਤਾਂ ਕਹਿੰਦੇ,
ਸਾਡੇ ਜਿੰਨੀ ਕੋਈ ਖ਼ੈਰ ਪਾ ਗਿਆ ਤਾਂ ਦੱਸੀ,
ਤੇਰੇ ਦਿੱਤੇ ਜਖ਼ਮਾਂ ਨੂੰ ਠੀਕ ਕਰਨ ਤੇ ਅੱਜ ਤੱਕ ਲੱਗੇ ਹੋਏ ਆ,
ਖੋਰੇ ਤਾਂ ਹੀ ਹੁਣ ਖੁਦ ਨੂੰ ਮਜ਼ਬੂਤ ਬਣੌਂਣ ਤੇ ਲੱਗੇ ਹੋਏ ਆ ,
ਮਜ਼ਬੂਤ ਬਣੌਂਣ ਤੇ ਲੱਗੇ ਹੋਏ ਆ...

ਇੱਕ ਤੂੰ ਹੀ ਆ

ਮੈਂ ਕਿਸੇ ਨਾਲ ਗੱਲ ਨੀ ਕਰਦਾ ਸੱਜਣਾਂ,
ਸਿਵੇ ਇੱਕ ਤੇਰੇ ਤੋਂ,
ਪਰ ਤੂੰ ਸਭ ਨਾਲ ਗੱਲਾਂ ਕਰਦਾ,
ਸਿਵੇ ਇਕ ਮੇਰੇ ਤੋਂ,
ਸੱਚ-ਸੱਚ ਦੱਸੀ ਸੱਜਣਾਂ,
ਲੱਗਦਾ ਮਨ ਭਰਦਾ ਜਾਂਦਾ ਹੁਣ ਮੇਰੇ ਤੋਂ..

ਕੱਲਾ ਤੂੰ ਹੀਂ ਆਂ

ਇਸ ਕਾਮਜਾਬੀ ਦੇ ਰਾਹ ਤੇ ਜਦੋਂ ਚੱਲਣਾ,
ਤਾਂ ਕੱਲੇ ਨੇ ਤੂੰ ਹੁਣਾਂ,
ਜਦੋਂ ਜ਼ਿੰਦਗੀ ਤੋਂ ਮਿਲੇ ਥੋਖੇ,
ਤਾਂ ਕੱਲੇ ਨੇ ਤੂੰ ਹੁਣਾਂ,
ਲੋਕਾਂ ਦੀਆਂ ਗੱਲਾਂ ਤੇ ਤਾਹਨੇ ਸ਼ੁਰੂ ਹੋਏ,
ਤਾਂ ਕੱਲੇ ਨੇ ਤੂੰ ਹੁਣਾਂ,
ਪਰ ਇਕ ਗੱਲ ਯਾਦ ਰੱਖੀ,
ਜਦੋਂ ਆਇਆ ਬੁਲਾਵਾ ਜਾਣ ਦਾ,
ਉਦੋਂ ਚਾਰਾਂ ਦੇ ਮੋਢਿਆਂ ਤੇ ਤੂੰ ਹੁਣਾਂ,
ਤੇ ਪਿੱਛੇ ਸਾਰਾ ਜਹਾਨ ਹੁਣਾਂ...

ਮਰਣ ਤੋਂ ਬਾਅਦ

ਜਿਉਂਦੇ ਜੀ ਮਿਲਦੇ ਥੱਕੇ,
ਤੇ ਮਰੇ ਤੇ ਮੇਵੇ,
ਮੈਨੂੰ ਲੱਗਦਾ ਇਹ ਦੁਨੀਆਂ ਦਾ ਕੋਈ ਦਸਤੂਰ ਹੁਣਾਂ,
ਜਦੋਂ ਤੇਰੇ ਮਰੇ ਤੇ ਰੋਂਦੇ ਹੋਏ ਤੇਰੇ ਆਵਦੇ ਫੇਕਾ,
ਤਾਂ ਯਕੀਨਨ,
ਉਹਨਾਂ ਨੂੰ ਦੇਖ ਉਦੋਂ ਹੱਸਦਾ ਤੂੰ ਜ਼ਰੂਰ ਹੁਣਾਂ,
ਇਹੀ ਤਾਂ ਦੁਨੀਆਂ ਦੀ ਰੀਤ ਆ ਸੱਜਣਾਂ,
ਜਦੋਂ ਆਇਆ ਬੁਲਾਵਾ ਜਾਣ ਦਾ,
ਉਦੋਂ ਚਾਰਾ ਦੇ ਮੋਢਿਆਂ ਤੇ ਹੁਣਾਂ,
ਤੇ ਪਿੱਛੇ ਸਾਰਾ ਜਹਾਨ ਹੁਣਾਂ...

ਦੋ- ਮੂਹੀਂ

ਇਹ ਦੋ-ਮੂਹੀਂ ਦੁਨੀਆਂ ਏ,
ਮੂੰਹ ਤੇ ਕੁੱਛ ਤੇ ਪਿੱਠ ਪਿੱਛੇ ਹੋਰ ਨੇ,
ਬੱਸ ਐਨੀ ਗੱਲ ਯਾਦ ਰੱਖੀਂ ਮਿੱਤਰਾਂ,
ਹੋਰ ਕੋਈ ਕਰੇ ਨਾ ਕਰੇ,
ਪਰ ਤੇਰੇ ਮਾਂ-ਬਾਪ ਨੂੰ ਤੇਰੇ ਤੇ ਮਾਣ ਜ਼ਰੂਰ ਹੁਣਾਂ,
ਮਰੇ ਪਿੱਛੋਂ ਤਾਂ ਖ਼ੋਰੇ ਬਣਜੂ ਸੋਨਾ ਕਢੀਆਂ ਲਈ,
ਜਿਉਂਦੇ ਜੀ ਤਾਂ ਲੱਗਦਾ ਬੇਹਫ਼ਾਲਤੂ ਦਾ ਹੀ ਸਮਾਨ ਹੁਣਾਂ,
ਬਹੁਤ ਕੀਤਾ ਹੁਣਾਂ ਲੋਕਾਂ ਦਾ,
ਪਰ ਮਿਲੇ ਹਮੇਸ਼ਾ ਥੋਥੇ ਹੀ ਹੁਣੇ,
ਉਹਦਾ ਕਸੂਰਵਾਰ ਵੀ ਤੂੰ ਆਪ ਹੀ ਹੁਣਾਂ,
ਤੇਰੇ ਮਰੇ ਤੇ ਸਭ ਸੁਆਦ ਲੈਣ ਗਏ,
ਬੱਸ ਉਦੋਂ ਦਿਲੋਂ ਰੋਂਦਾ ਸਿਰਫ਼ ਤੇਰਾ ਬਾਪ ਹੀ ਹੁਣਾਂ,
ਜਦੋਂ ਆਇਆ ਬੁਲਾਵਾ ਜਾਣ ਦਾ,
ਉਦੋਂ ਚਾਰਾ ਦੇ ਮੋਢਿਆਂ ਤੇ ਤੂੰ,
ਤੇ ਪਿੱਛੇ ਸਾਰਾ ਜਹਾਨ ਹੁਣਾਂ,
ਪਿੱਛੇ ਸਾਰਾ ਜਹਾਨ ਹੁਣਾਂ ....

ਖੁਸ਼ ਤੇ ਹੁੰਦਾ ਹੁਣਾਂ?

ਸਾਡੀਆਂ ਅੱਖਾਂ ਵਿੱਚ ਨੀਰ ਵੱਗਦਾ ਦੇਖ ਖੁਸ਼ ਤਾਂ ਬਹੁਤ ਹੁੰਦਾ
ਹੋਵੇਗਾ ਸੱਜਣਾਂ,
ਪਰ ਜਦੋਂ ਇਹ ਅੱਖਾਂ ਹਮੇਸ਼ਾਂ ਲਈ ਬੰਦ ਹੋ ਗਾਈਆਂ ਨਾਂ,
ਉਦੋਂ ਤੇਰੀ ਅੱਖਾਂ ਚੋਂ ਨੀਰ ਵਗਾਣੋ ਨੀ ਹੱਟਣਾ।

ਸਿਰਫ਼ ਇੱਕ ਸੁਪਨਾ

ਠੰਡ ਦੇ ਮੌਸਮ ਵਿੱਚ ਲੈ-ਲਾ ਬੁੱਕਲ਼ ਚੰ ਯਾਰਾ,
ਤੇਰੀ ਬਾਹਾਂ ਵਿੱਚ ਇੰਝ ਲੱਗਦਾ ਜਿਵੇਂ ਹੁੰਦਾ ਦਸੰਬਰ ਵੀ ਜੂਨ
ਯਾਰਾ,
ਜਦ ਹੋਵੇ ਤੇਰਾ ਹੱਥ ਮੇਰੇ ਹੱਥਾਂ ਵਿੱਚ,
ਤਾਂ ਸਜ਼ਦਾ ਦੇਖ-ਦੇਖ ਸਾਰਾ ਜੱਗ ਯਾਰਾ,
ਲੈ ਕੇ ਚੱਲਾਂ ਤੈਨੂੰ ਉਸ ਜਗਾ,
ਜਿੱਥੇ ਹੋਵੇ ਨਾ ਕਿਸੇ ਦਾ ਕੋਈ ਖ਼ੌਫ ਯਾਰਾ,
ਤੇਰੀ ਬਾਹਾਂ ਵਿੱਚ ਇੰਝ ਲੱਗਦਾ ਜਿਵੇਂ ਹੁੰਦਾ ਦਸੰਬਰ ਵੀ ਜੂਨ
ਯਾਰਾ,
ਬੁਕਲ ਵਿੱਚ ਤੇਰੀ ਉਂਦਾ ਨਿਗ ਮੈਨੂੰ,
ਜਿਵੇਂ ਤਪਦਾ ਹੋਵੇ ਕੋਈ ਤੰਦੂਰ ਯਾਰਾ,
ਸ਼ਾਇਰੀ ਮੇਰੇ ਵੱਸ ਦੀ ਨੀ,
ਮੈਂ ਤਾਂ ਲਿਖਿਆ ਆਵਦੇ ਪਿਆਰ ਦਾ ਬੱਸ ਜਨੂਨ ਯਾਰਾ,
ਤੂੰ ਹੋਵੇਂ ਨਾਲ ਤਾਂ ਇੰਝ ਲੱਗਦਾ ਏ,
ਜਿਵੇਂ ਰੱਬ ਹੀ ਮੇਰਾ ਏ,
ਜਦ ਨਾ ਹੋਵੇਂ ਕੋਲ ਤਾਂ,
ਲੱਗਦਾ ਜਿਵੇਂ ਇੱਥੇ ਕੋਈ ਨੀ ਮੇਰਾ ਏ,
ਇਹ ਸਭ ਪੜ੍ਹਕੇ ਗ਼ਲਤ ਨਾ ਲਾ ਜਿਓਂਥੋ ਅੰਦਾਜੇ,
ਇਹ ਤਾਂ ਬੱਸ ਇੱਕ ਖਿਆਲ ਮੇਰਾ ਏ,
ਇਹ ਸਭ ਇਕ ਸੁਪਨਾ ਦੇਖਿਆ ਮੈਂ,
ਤਾਂ ਹੀ ਤਾਂ ਏ ਸਭ ਆਪਣੇ ਹਿਸਾਬ ਨਾਲ ਲਿਖਿਆ ਮੈਂ,
ਕਹਿੰਦੇ ਜੋ ਬੀਤਿਆਂ ਹੋਵੇ ਬੰਦਾ ਉਹ ਹੀ ਲਿਖਦਾ ਏ,
ਉਹਨਾਂ ਨੂੰ ਕਿ ਪਤਾ ਮੈਂ ਤਾਂ ਬੱਸ ਇਕ ਸੁਪਨਾ ਲਿਖਿਆ ਏ,
ਬੱਸ ਸੁਪਨਾ ਲਿਖਿਆ ਏ...

ਜੱਦ ਮਰਜ਼ੀ ਪਰਖ਼ ਕੇ ਦੇਖੀਂ

ਸਾਨੂੰ ਪਰਖ਼ ਕੇ ਨੀ ਵਰਤ ਕੇ ਦੇਖੀ ਮਾੜੇ ਟਾਈਮ ਵਿੱਚ ਸੱਜਣਾਂ

ਖੁਦ ਨੂੰ ਕੌਂਡੀਆਂ ਦੇ ਭਾਅ ਵੇਚ ਕੇ ਵੀ ਤੈਨੂੰ ਖ਼ੁਸ਼ ਰੱਖਾਗੇ ...

ਤੇਰਾ ਨਾਮ

ਕੀ ਹੋਇਆ ਸੱਜਣਾਂ ਚੁੱਪ ਕਰਕੇ ਚੱਲ ਗਿਆ,
ਅੱਜ ਨਜ਼ਰਅੰਦਾਜ ਕਿੱਤਾ ਸਾਨੂੰ,
ਸਾਡੇ ਵੱਸੇ ਖ਼ਵਾਬ ਉਜਾੜ ਗਿਆ,
ਕਿਉਂ ਦੇਖਣਾ ਨੀ ਚਾਉਂਦਾ ਸਾਨੂੰ,
ਦੁੱਖਾਂ ਨਾਲ ਭਰੀ ਕਲਮ ਚੋਂ,
ਜਦੋਂ ਨਿਕਲੇ ਤੇਰਾ ਨਾਮ,
ਤਾਂ ਰੂਹ ਕੰਬ ਉੱਠਦੀ ਏ,
ਜਦੋਂ ਦੇਖਾ ਤੈਨੂੰ ਕਿਸੇ ਹੋਰ ਨਾਲ,
ਤਾਂ ਲੂਹ ਕੰਬ ਉੱਠਦੀ ਏ,
ਜਿਉਂਦਿਆਂ ਨੂੰ ਤਾਂ ਮਾਰ,
ਦੱਸ ਹੋਰ ਵੀ ਕੋਈ ਕਸਰ ਬਾਕੀ ਏ,
ਮਰਨ ਨੂੰ ਕਬਰਾਂ ਚ ਥਾਂ ਨੀ,
ਕਿਉਂਕਿ ਉਥੇ ਮੇਰੇ ਵਰਗੇ ਹੋਰ ਵੀ ਹੋਣਗੇ,
ਕਿਉਂਕਿ ਉਹਨਾਂ ਨੂੰ ਵੀ ਤੇਰੇ ਵਰਗਿਆਂ ਦੀ ਘਾਟ ਨੀ,
ਜੇ ਲਾਉਣੀ ਸੀ ਤਾਂ ਨਿਬੇਣੀ ਵੀ ਸਿੱਖ ਲੈਂਦਾ,
ਪਰ ਹੁਣ ਤੇਰੇ ਹੋਣ ਨਾ ਹੋਣ ਨਾਲ ਹੁਣ ਫਰਕ ਨੀ ਪੈਂਦਾ,
ਇਸੇ ਨੂੰ ਤਾਂ ਕਹਿੰਦੇ ਨੇ,
ਐਵੇਂ ਨੀ ਬੰਦਾ ਮਨੋਂ ਲੈਂਦਾ,
ਸਾਡੇ ਖ਼ੁਸ਼ੀਆਂ ਦੇ ਬਾਗ ਚੋਂ ਪੁੱਟ ਕੇ ਬੂਟਾ,
ਹੋਰਾਂ ਦੇ ਗਮਲੇ ਵਿੱਚ ਲੋਣ ਨੂੰ ਫਿਰਦਾ ਏ,
ਇਹਨੀ ਗੱਲ ਹੈ ਨੀ ਸੀ ਸੱਜਣਾਂ,
ਜੇੜ੍ਹਾ ਰੂਹਾਂ ਛੱਡ ਜਿਸਮਾਂ ਨਾਲ ਯਾਰੀ ਲੋਣ ਨੂੰ ਫਿਰਦਾ ਏ,
ਚੱਲ ਜਿਸ ਨਾਲ ਲਾਵੇ ਖ਼ੁਸ਼ ਰਹੇ,
ਆਬਾਦ ਹੋਵੇ,
ਬੱਸ ਆਹੀ ਯਾਦ ਰੱਖੀ,
ਕਿ ਉਹ ਵੀ ਬਾਅਦ ਵਿੱਚ,
ਮੇਰੇ ਵਾਂਗ ਨਾ ਬਰਬਾਦ ਹੋਵੇ,
ਬਰਬਾਦ ਹੋਵੇ...

ਸੋਚੀਂ ਜ਼ਰੂਰ ਚੰਗਾ

ਉਏ ਚੁੱਪ ਕਰਕੇ ਬੈਠਾ ਰਹਿਨਾ ਬੋਲਦਾ ਕਿਉਂ ਨੀ,
ਸੱਚੀਂ ਸੱਚੀਂ ਦੱਸੀ,
ਕੱਲ੍ਹਾ ਬੈਠਾ ਆਵਦੇ ਦੁੱਖਾਂ ਦੇ ਨਾਲ ਸੁੱਖਾਂ ਨੂੰ ਤੋਲਦਾ ਤਾਂ ਨੀ,
24 ਘੰਟੇ ਰੋਨਾਂ ਰਹਿਨਾ,
ਕੀ ਗੱਲ ਤੇਰੀ ਕੋਈ ਸੁਣਦਾ ਕਿਉਂ ਨੀ,
ਕਦੇ ਸੋਚਿਆ,
ਖੋਰੇ ਕਮੀ ਤੇਰੇ ਚ ਹੋਵੇ,
ਬੁਰਾ ਸਭ ਤੋਂ ਤੂੰ ਹੋਵੇ,
ਬੋਲਣ ਦਾ ਤੈਨੂੰ ਪਤਾ ਨਾ ਹੋਵੇ,
ਕੱਲ੍ਹਾ ਬੈਠਾ ਸੋਚਦਾ ਰਹਿਨਾ,
ਕਦੇ ਆਵਦੇ ਅੰਦਰ ਨੂੰ ਫਰੋਲਦਾ ਕਿਉਂ ਨੀ,
ਕਿ ਪਤਾ ਗਾਲਤੀ ਤੇਰੀ ਹੋਵੇ,
ਤੇਰੇ ਕਰਕੇ ਬਦਨਾਮ ਹੁੰਦਾ ਕੋਈ ਹੋਰ ਹੋਵੇ,
ਫੇਰ ਵੀ ਤੈਨੂੰ ਸ਼ਰਮ ਨੀ ਉਂਦੀ,
ਖੋਰੇ ਤੈਨੂੰ ਯਾਦ ਕਰ ਰੋਂਦਾ ਹੀ ਕੋਈ ਹੋਰ ਨਾ ਹੋਵੇ,
ਹਾਂ ਹਾਂ ਤੈਨੂੰ ਕਿਆ,
ਕਦੇ ਕੱਲ੍ਹਾ ਬੈਠ ਸੋਚਦਾ ਕਿਉਂ ਨੀ,
ਗੈਰਾਂ ਤੇ ਯਕੀਨ ਕਰੀ ਬੈਠਾ ਏ,
ਆਵਦੇ ਆਂ ਨੂੰ ਤੂੰ ਬਲੌਂਦਾ ਕਿਉਂ ਨੀ,
ਜੇੜ੍ਹੇ ਤੇਰੇ ਬਾਰੇ ਰਹਿੰਦੇ ਸੋਚਦੇ,
ਉਹਨਾਂ ਨੂੰ ਤੂੰ ਗੋਲਦਾ ਕਿਉਂ ਨੀ,
ਚੁੱਪ-ਚਾਪ ਬਾਹਰ ਨੂੰ ਤੱਕਦਾ ਰਹਿਨਾ,
ਅੱਖਾਂ ਲਾਲ ਤੂੰ ਕਰੀ ਰੱਖਦਾ, ਡਾਰਕ ਸਰਕਲ ਪਏ ਗਏ ਨੇ,
ਆਵਦੇ ਆਪ ਨੂੰ ਲੱਭਦਾ ਕਿਉਂ ਨੀ,
ਚੱਲ ਉੱਠ,
ਇੱਕ ਵਾਰ ਹੱਸ ਕੇ ਦਿੱਖਾ ਦੇ ਫਿਰ ਤੋਂ,
ਦੁੱਖਾਂ ਨੂੰ ਥਕੇ ਮਾਰ ਕੱਢਦੇ ਦਿਲ ਚੋਂ,
ਖੁਸ਼ੀਆਂ ਦਾ ਬੂਟਾ ਲਾਦੇ ਫਿਰ ਤੋਂ,
ਹਾਂ ਇਕ ਵਾਰ ਹੱਸਕੇ ਦਿੱਖਾ ਦੇ ਫਿਰ ਤੋਂ,
ਲੋਕਾਂ ਭਾਨੇ ਲਿੱਖਦਾ ਸੋਹਣਾ,
ਲਿਖੁ ਖਰਾ ਚਾਹੇ ਲਿਖੁ ਥੋੜਾ,
ਅੱਜ ਸਭ ਤੇਰੇ ਨਾਲ ਨੇ, ਤੇਰੀ ਸੋਚ ਨੂੰ ਕਰਦੇ ਸਲਾਮ ਨੇ,
ਅੱਜ ਤੈਨੂੰ ਬਲੌਣਾ ਚੌਂਦੇ ਵੈਰੀ ਤੇਰੇ,
ਫਿਰ ਵੀ ਤੂੰ ਬਲੌਂਦਾ ਕਿਉਂ ਨੀ,
ਉਹ ਯਾਰਾ ਕਿਤੇ ਸਾਡੇ ਨਾਲ ਕਰਦਾ ਤਾਂ ਮਖੌਲ ਨੀ।

ਸਾਲੀ ਦੋ ਮੂਹੀਂ

ਗ਼ੈਰਾਂ ਤੇ ਯਕੀਨ ਨਾ ਕਰਿ ਬਹੁਤਾ ਮਿੱਤਰਾ,
ਕਿਉਂਕਿ ਜਦੋਂ ਦੁਨੀਆਂ ਲੱਤ ਮਾਰਦੀ ਆ ਨਾਂ ਸਭ ਦੇ ਸੁਾਮਣੇ,
ਤਾਂ ਸੱਚ ਜਾਣੀ,
ਉਦੋਂ ਯਕੀਨ ਖੁੱਦ ਤੋਂ ਵੀ ਉੱਠ ਜਾਂਦਾ ਏ...

ਸੱਚ ਗੱਲ।

ਸਾਲੀ ਜ਼ਿੰਦਗੀ ਮੇਰੀ ਵੀ ਉਹਨਾਂ ਬੀਂਟਿਆਂ ਵਾਂਗ ਬਣਕੇ ਰਹਿ
ਗਈ ਆ,
ਜਿੰਨਾਂ ਨੂੰ ਹਰ ਕੋਈ ਆਵਦੇ ਹਿਸਾਬ ਨਾਲ ਖੇਡ ਕੇ ਮਿੱਟੀ ਵਿੱਚ
ਰੋਲ ਕੇ ਚਲ ਜਾਂਦਾ ,
ਪਰ ਹਾਂ ਇਨ੍ਹਾਂ ਰੱਖਦੇ ਫਿਰ ਵੀ ਆਵਦੇ ਕੋਲ ਹੀ ਆ ਚਾਹੇ ਕਿੱਸੇ
ਖੁੰਜੇ ਬੋਤਲ ਵਿਚ ਪਾਕੇ ਹੀ ਕਿਉਂ ਨਾ ਰੱਖਣ।

ਜਿਉਂਣਾ ਸਿੱਖ ਗਿਆ ਹਾਂ।

ਜ਼ਿੰਦਗੀ ਦਾ ਕਿ ਭਰੋਸਾ ਸੱਜਣਾਂ,
ਕੱਦ ਮੁੱਕ ਜਾਣੀ ਏ,
ਚੰਦ ਦਿਨਾਂ ਦਾ ਪਰੋਣਾ ਤੂੰ,
ਹੱਸਕੇ ਗੁਜ਼ਾਰ ਲੈ,
ਨਹੀਂ ਤਾਂ ਰੋਂਦੇ ਕਰਲੌਂਦੇ ਵੀ ਨਿਕਲ ਤਾਂ ਇਹ ਜਾਣੀ ਏ,
ਬਹੁਤਾ ਕੁੱਛ ਮੈਂ ਪੜ੍ਹਇਆ ਨੀ,
ਪਰ ਲਿਖਣਾਂ ਫੇਰ ਵੀ ਸਿੱਖ ਗਿਆ,
ਤੇਰੇ ਦਿੱਤੇ ਥੋਖੇ ਆਂ ਨਾਲ,
ਬੱਸ ਜੀਣਾ ਅੱਜ ਤੋਂ ਸਿੱਖ ਗਿਆ,
ਆਪਣੇ ਤੇ ਲਿਖਿਆ ਮੈ,
ਜੋ ਵੀ ਸਭ ਸਿੱਖਿਆ ਮੈ,
ਦਿਨ ਰਾਤ ਕੀਤੀ ਮੇਹਨਤ,
ਤਾਂ ਵੀ ਕੋਈ ਮੁੱਲ ਨਾ ਮੁੜਿਆ,
ਮੈ ਹੀ ਜਾਣਦਾ ਸੱਜਣਾਂ,
ਕਿਦਾਂ ਰਾਤਾਂ ਜਾਗ-ਜਾਗ,
ਆਵਦੇ ਸੁਪਨਿਆਂ ਨੂੰ ਸੀ ਮੈ ਬੁਣਿਆ,
ਕਿਉਂ ਬੀਤੇ ਕੱਲ ਨੂੰ ਯਾਦ ਕਰ ਰੋਵਾਂ ਹੁਣ,
ਕਿਉਂ ਤੇਰੀਆਂ ਕਹੀਆਂ ਗੱਲਾਂ ਨੂੰ ਦਿਲ ਤੇ ਰੱਖ ਦਿਲ ਆਵਦੇ
ਨੂੰ ਤੋੜਾ ਹੁਣ,
ਹੁਣ ਨੀ ਕਰਦਾ ਪ੍ਰਵਾ ਤੇਰੀ,
ਜਾਣਾ ਜੀ ਸਦਕੇ ਜਾਈ,
ਜਾਂਦੇ-ਜਾਂਦੇ ਇਕ ਗੱਲ ਜ਼ਰੂਰ ਸੁਣਦਾ ਜਾਈ ਵੇ,
ਇਹ ਜ਼ਿੰਦਗੀ ਮੇਰੀ ਏ,
ਤੇ ਇਹ ਹੁਣ ਰੋ ਕੇ ਨੀ,
ਹੱਸ ਕੇ ਬੱਤੋਨੀ ਏ,
ਹੱਸ ਕੇ ਬੱਤੋਨੀ ਏ...

ਸਿਉਂਕ

ਤੇਰੀ ਮੇਰੀ ਜ਼ਿੰਦਗੀ ਨੂੰ,
ਖਾ ਗਈ ਦੁਨੀਆਂ ਸਿਉਂਕ ਵਾਂਗਰਾਂ,
ਅੱਜ ਦੂਰ ਹੋਏ ਤਾਂ ਲੱਗਾ ਪਤਾ,
ਕੀਨੇ ਕੀਤਾ ਸਾਡੇ ਨਾਲ ਸ਼ਰੀਕਾਂ ਵਾਂਗਰਾਂ,
ਮੈਨੂੰ ਮਾੜਾ ਬਣਾ ਗਏ,
ਤੇਰੇ ਦਿੱਤੇ ਖੋਖੇ,
ਪਰ ਕੱਲਿਆਂ ਜਿਉਂਣਾ ਸਿੱਖਾਂ ਗਏ ,
ਜੋ ਲੋਕਾਂ ਤੋਂ ਮਿਲੇ ਖੋਖੇ,
ਅੰਦਰੋਂ ਅੰਦਰੀ ਖ਼ੇਖਲਾ ਬਣਦਾ ਜਾ ਰਿਹਾ ਮੈਂ,
ਤਾਂ ਹੀ ਤਾਂ ਲੋਕਾਂ ਨਜ਼ਰੇ ਬੜਬੋਲਾ ਬਣਦਾ ਜਾ ਰਿਹਾ ਮੈਂ,
ਕੌਣ ਕਿੰਨਾਂ ਚੰਗਾ,
ਕੌਣ ਕਿੰਨਾਂ ਮਾੜਾ,
ਲੋਕਾਂ ਵਿਚ ਦੱਸ ਨੀ ਰਿਹਾ ਮੈਂ ਤੇਰੇ ਵਾਂਗਰਾਂ,
ਪਰ ਤੇਰੀ ਮੇਰੀ ਜ਼ਿੰਦਗੀ ਨੂੰ,
ਖਾ ਗਈ ਦੁਨੀਆਂ ਸਿਉਂਕ ਵਾਂਗਰਾਂ...
ਲੋਕਾਂ ਨੇ ਸਿਉਂਕ ਤੋਂ ਬਚਣ ਲਈ,
ਲੋਹਾ ਵਰਤਣਾ ਸ਼ੁਰੂ ਕਰਤਾ,
ਤੇ ਤੂੰ ਸਾਨੂੰ ਛੱਡਣ ਲਈ,
ਸਾਰਿਆਂ ਸਾਮਣੇ ਭੰਡਣਾ ਸ਼ੁਰੂ ਕਰਤਾ,
ਪਰ ਯਾਦ ਰੱਖੀ ਸੱਜਣਾਂ,
ਜੰਗ ਲੋਹੇ ਨੂੰ ਵੀ ਲੱਗ ਜਾਂਦਾ ਏ,
ਤੇ ਕਿਸੇ ਨਾ ਕਿਸੇ ਦਿਨ ਦੂਜੇ ਤੋਂ ਮੰਨ ਸੱਭ ਦਾ ਭਰ ਜਾਂਦਾ ਏ,
ਜਦੋਂ ਹੁੰਦਾ ਸੀ ਤੂੰ ਨਾਲ ਸਾਡੇ,
ਤਾਂ ਪ੍ਰਵਾ ਨੀ ਸੀ ਕਿਸੇ ਦੀ,
ਪਰ ਪਤਾ ਹੀ ਬਾਅਦ ਲੱਗਾ,
ਦਿਲ ਤਾਂ ਤੇਰਾ ਵੀ ਨਿਕਲਿਆ ਤਵੇ ਦੇ ਥੱਲੇ ਵਾਂਗਰਾਂ,
ਸੱਚ ਜਾਣੀ ਯਾਰਾ,
ਯਾਰੀ ਤੇਰੀ ਤੇ ਮੇਰੀ ਨੂੰ,
ਖਾ ਗਈ ਦੁਨੀਆਂ ਸਿਉਂਕ ਵਾਂਗਰਾਂ....

ਸਕੂਨ ਆਜੂ।

ਸਾਨੂੰ ਮਾਰ ਕੇ ਦਫਨਾਂ ਦੇ ਕਿਤੇ,
ਖੋਰੇ ਤੈਨੂੰ ਸਕੂਨ ਆਜੇ,
ਐਸੀ ਜਗ੍ਹਾ ਲੱਭੀ,
ਜਿੱਥੇ ਸਾਡੀ ਰੂਹ ਨੂੰ ਵੀ ਕੋਈ ਸੂਹ ਨਾ ਹੋਵੇ,
ਐਸੀ ਜਗ੍ਹਾ ਦਬੀ,
ਮਰ ਚੁੱਕੀ ਹੈ ਰੂਹ,
ਰੁਕ ਚੁੱਕਾ ਹੈ ਦਿਲ ਮੇਰਾ,
ਬੱਸ ਜਿਸਮ ਜਿਉਂਦਾ ਏ,
ਤੂੰ ਕੋਲ ਹੋਵੇ ਜਾਂ ਨਾਂ ਹੋਵੇਂ,
ਪਰ ਤੇਰਾ ਖ਼ਿਆਲ ਫ਼ਿਰ ਵੀ ਜ਼ਰੂਰ ਉਂਦਾ ਏ,
ਸਾਨੂੰ ਛੱਡ ਕਿਸੇ ਹੋਰ ਦਾ ਪਲਾ ਫੜਿਆ ਤੂੰ,
ਲਾਰੇ ਲਾ-ਲਾ ਕਿਸ ਤਰਾਂ ਦਿਲ ਚੋਂ ਕੱਢਿਆ ਤੂੰ,
ਮੈਂ ਹੀ ਜਾਣਦਾਂ ਕਿਦਾਂ ਮਰ-ਮਰ ਜੀ ਲਈ ਇਹ ਜ਼ਿੰਦਗੀ,
ਤੂੰ ਹੁੰਦਾ ਸੀ ਨਾਲ ਤਾਂ ਇਹਦਾ ਲੱਗਦਾ ਸੀ,
ਜਿਵੇ ਦੁਨੀਆਂ ਹੀ ਜਿੱਤ ਲਈ,
ਪਰ ਤੂੰ ਗਲਾ ਘੁਟਿਆ ਮੇਰੀ ਖੁਸ਼ੀਆਂ ਦਾ,
ਤੇ ਫਾਹੇ ਟੰਗ ਤਾ ਮੈਨੂੰ,
ਦੱਸ ਇਹ ਸਭ ਕਰਕੇ ਕਿੰਨਾਂ ਸਕੂਨ ਮਿਲਿਆ ਤੈਨੂੰ,
ਮਰੇ ਨੂੰ ਗੱਲ ਲਾ ਲਵੇ ਕੋਈ ਆਕੇ,
ਖ਼ੋਰੇ ਸਾਡੇ ਵੀ ਦਿਲ ਨੂੰ ਚੈਨ ਆਜੇ,
ਜਵੰਦਾ ਮਰ ਗਿਆ ਅੱਜ ਤੋਂ ਤੇਰੇ ਲਈ,
ਇਹ ਸੁਣ ਕੇ ਹੀ ਸ਼ਾਇਦ ਤੈਨੂੰ ਸ਼ਰਮ ਆਜੇ,
ਅਸੀਂ ਤੇਰੇ ਦੁੱਖਾਂ ਨੂੰ ਆਵਦਾ ਦੁੱਖ ਮੰਨਿਆ,
ਤੇ ਤੂੰ ਸਾਡੇ ਦੁੱਖਾਂ ਨੂੰ ਭਰੇ ਬਾਜ਼ਾਰ ਭੰਡਿਆ,
ਜਿਉਂਦੀ ਲਾਸ਼ ਬਣਕੇ ਰਹਿ ਗਿਆ ਇਸ ਜੱਗ ਉੱਪਰ,
ਹੁਣ ਤਾਂ ਇੱਕ ਹੀ ਖਵਾਇਸ਼ ਆ,
ਕੋਈ ਕਫ਼ਨ ਪਾਜੇ ਇਸ ਸ਼ਰੀਰ ਉੱਪਰ,
ਕੋਈ ਕਫ਼ਨ ਪਾਜੇ ਇਸ ਸ਼ਰੀਰ ਉੱਪਰ।

ਰੁੱਤ ਨਾਲ਼ ਤੂੰ ਵੀ ਬਦਲ ਗਿਆ।

ਨਿੱਗੀ ਰੁਤੇ ਲੱਗੀਆਂ ਸੀ ਯਾਰੀਆਂ,
ਪਤਝੜ ਆਇਆ ਤਾਂ ਤੋੜ ਗਈ,
ਨੀ ਤੂੰ ਮੌਸਮਾਂ ਵਾਂਗੂ ਬਦਲੇ ਰੰਗ,
ਨਵੇਂ ਪਤਿਆਂ ਵਾਂਗ ਆਵਦਾ ਪਤਾ,
ਕਿੱਸੇ ਹੋਰ ਟਾਲੀ ਨਾਲ ਜੋੜ ਗਈ।
ਸਾਨੂੰ ਬੇਰੰਗ ਕਰਕੇ ਖੁਦ ਰੰਗਾਂ ਨਾਲ ਖੇਡਦੀ ਏ,
ਸਾਨੂੰ ਧੋਖਾ ਦੇ ਕੇ ਹੁਣ ਖੁਦ ਜਿਸਮਾਂ ਨਾਲ ਖੇਡਦੀ ਏ,
ਸਾਨੂੰ ਮਾਰਨਾ ਸੀ ਤਾਂ ਗੋਲੀ ਹਿੱਕ ਵਿੱਚ ਮਾਰਨੀ ਸੀ,
ਕਿ ਮਿਲਿਆ ਤੈਨੂੰ ਸਾਨੂੰ ਜਿਉਂਦੇ ਜੀ ਸਾੜ ਕੇ,
ਜਿੱਥੇ ਵੀ ਰਹੇ ਖੁਸ਼ ਰਹੇ ਏ ਹੀ ਦੁਆ ਕਰਦੇ ਆ,
ਕਿ ਮਿਲਿਆ ਤੈਨੂੰ ਸਾਡੇ ਦਿੱਤੇ ਖ਼ਤਾ ਨੂੰ ਸਾੜ ਕੇ,
ਹੁਣ ਨੀ ਕਰਦਾ ਪਿਆਰ ਭੁੱਲ ਕੇ ਵੀ,
ਤੇਰੇ ਦਿੱਤੇ ਧੋਖੇ ਤੋਂ ਏ ਹੀ ਸਿੱਖਣ ਨੂੰ ਮਿਲਿਆ ਏ,
ਸ਼ਿੰਦਰ ਤੁਰ ਪਿਆ ਗ਼ਲਤ ਰਾਹ ਤੇ,
ਖੋਰੇ ਤਾਂ ਹੀ ਦੁੱਖਾਂ ਨਾਲ ਅੱਜ ਘਿਰਿਆ ਏ,
ਖੋਰੇ ਤਾਂ ਹੀ ਦੁੱਖਾਂ ਨਾਲ ਅੱਜ ਘਿਰਿਆ ਏ।

ਕੋਲ ਤੇ ਬੈਠੀਂ ।

ਮੇਰੇ ਬਾਰੇ ਸੁਣਿਆਂ ਹੋਣਾਂ ਲੋਕਾਂ ਤੋਂ,
ਕਦੇ ਕੋਲ ਬੈਠੀ ਤਾਂ ਦੱਸਾਂਗੇ,
ਕਿੰਨੇ ਦੁੱਖ ਸਹਿ ਇਸ ਨਿੱਕੀ ਜ਼ਿੰਦ ਨੇ ,
ਤੈਨੂੰ ਦਿਲ ਚੀਰ ਕੇ ਦੱਸਾਂਗੇ,
ਵੱਡਾ ਘੱਟ ਤੇ ਧੋਖੇ ਜਾਦੇ ਮਿਲੇ ਨੇ,
ਹੁਣ ਕੁਝ ਬਣਕੇ ਜ਼ਿੰਦਗੀ ਚ,
ਦੋਬਾਰਾ ਫੇਰ ਹੀ ਹੱਸਾਂਗੇ,
ਕਿਉਂ ਮੁੜ-ਮੁੜ ਮੇਰੇ ਮੁਹਰੇ ਆਉਣੀ ਏ,
ਹੁਣ ਤਾਂ ਕਦੇ-ਕਦੇ ਇੰਝ ਲੱਗਦਾ,
ਕਾਮਜਾਬੀ ਤੋਂ ਪਹਿਲਾਂ,
ਮੈਨੂੰ ਮੌਤ ਹੀ ਆਉਣੀ ਏ,
ਮੈਂ ਜੀ ਲੈ ਜਿੰਨੂ ਪੱਲ ਜੀਣੇ ਸੀ ਕੱਲੇ ਨੇ,
ਹੁਣ ਤਾਂ ਮੌਤ ਨੂੰ ਮਿਲਣਾਂ ਚਾਉਂਦਾ ਹਾਂ,
ਇਹ ਦੁਨੀਆਂ ਕਿਸੇ ਦੀ ਸਕੀ ਨੀਂ,
ਬੱਸ ਇਸ ਭੱਜ ਦੌੜ ਦੀ ਜ਼ਿੰਦਗੀ ਤੋਂ ਭੱਜਣਾ ਚਾਉਂਦਾ ਹਾਂ,
ਸਾਨੂੰ ਹਾਰਦੇ ਦੇਖ ਸਾਡੇ ਆਵਦੇ ਸਾਡੇ ਤੇ ਹੱਸਦੇ ਰਹੇ,
ਅੱਜ ਦੇਖ ਬੈਠੀ ਖੁੰਢ ਕੱਢ ਮੌਤ ਮੇਰੀ,
ਤੇ ਆਈ ਏ ਵਿਆਉਣ ਨੂੰ,
ਪਰ ਤੂੰ ਤਾਂ ਬੈਠੀ ਸੀ ਸ਼ਿੰਦਰ ਨੂੰ ਜਿਉਂਦੇ ਜੀ ਦੜਨਾਉਣ ਨੂੰ,
ਜਿਉਂਦੇ ਨੂੰ ਦੜਨਾਉਣ ਨੂੰ...

ਜਦੋਂ ਆਈ ਵਿਆਉਣ ਮੈਨੂੰ...

ਬੁੱਲਾਂ ਤੇ ਮੁਸਕਾਨ ਤੇ ਅੱਖਾਂ ਚ ਸ਼ਰਾਰਤ,
ਮੇਰਾ ਦਿਲ ਕਰਦਾ ਮੈਂ ਕਰਾਂ ਕੋਈ ਇਬਾਦਤ,
ਸੁਪਨੇ ਵਿੱਚ ਖੜੀ ਚੁੰਨਾ ਪਾ,
ਆਉਂਦੀ ਏ ਬਾਰ-ਬਾਰ,
ਅੱਜ ਹੀ ਲੈਜਾ ਤੈਨੂੰ ਵਿਆਹ ਮੈਨੂੰ ਦੇ ਤਾਂ ਸਹੀਂ ਇਜਾਜ਼ਤ,
ਵਿਆਹ ਵਿੱਚ ਹੋਣਗੇ ਰਿਸ਼ਤੇਦਾਰ,
ਪਰ ਇਹ ਹੁਣਾ ਪਹਿਲੀ ਵਾਰ,
ਆਪਾਂ ਨੂੰ ਪਾਉ ਸ਼ਗਨ ਵੀ,
ਆ ਕੇ ਥੋੱਲੇ ਯਮਰਾਜ,
ਪਹਿਲੀ ਵਾਰ ਹੋ ਇਦਾ,
ਉੱਥੇ ਰੋਣਗੇ ਮੁੰਡੇ ਵਾਲੇ ਵੀ,
ਤੇ ਪੁੱਛਣ ਗੇ ਗੌਰ ਆਕੇ,
ਇਹ ਸਭ ਹੋਇਆ ਕਿੱਦਾਂ,
ਸ਼ਿੰਦਰ ਦੇ ਆਖ਼ਰੀ ਪੱਲ ਵਿੱਚ ਹੁਣਾ ਨਾਲ਼ ਤੂੰ,
ਕਿਸੇ ਨੇ ਪੁੱਛਣੀਆਂ ਨੀ ਆਪਣੀਆਂ ਜਾਤਾਂ,
ਮੈਂ ਬੁਝਿਆ ਕਰੋਂ ਸਾਰੀ ਰਾਤ ਬੈਠਾ,
ਤੂੰ ਬੱਸ ਪਾਈ ਇਸ਼ਕ ਦੀਆਂ ਬਾਤਾਂ,
ਇਹ ਸਭ ਲਿਖਿਆ ਹੀ ਇਸ ਕਰਕੇ ਮੈਂ,
ਕਿਸੇ ਨੂੰ ਪਤਾ ਤਾਂ ਲੱਗੇ ਕਿ ਮੇਰੀਆਂ ਕਿੰਨੀਆਂ ਕੁ ਨੇ ਔਕਾਤਾਂ,
ਕਿੰਨੀਆਂ ਕੁ ਨੇ ਔਕਾਤਾਂ...

ਖੇਡਣਾਂ?

ਸਾਨੂੰ ਨਾ ਸਿੱਖਾ ਦੁਨੀਆਂ ਦੇ ਤੌਰ ਤਰੀਕੇ ਮਿੱਤਰਾਂ,

ਅਸੀਂ ਤਾਂ ਉਸ ਦਿਨ ਤੋਂ ਹੀ ਆਪਣੇ ਹਾਲਾਤਾਂ ਨਾਲ਼ ਖੇਡਣਾਂ
ਸ਼ੁਰੂ ਕਰਤਾ ਸੀ,

ਜਿੱਦਣ ਘਰ ਛੱਡੇ ਸੀ...

ਜਿਉਂਦੀ ਰਹਿ

ਵਾਹ ਜਨਾਬ ਸਾਨੂੰ ਤਾਂ ਹੱਸਣਾ ਤੱਕ ਨੀ ਸੀ ਆਉਂਦਾ,

ਪਰ ਤੂੰ ਤਾਂ ਰੋਣਾਂ ਵੀ ਸਿੱਖਾ ਤਾ...

ਕਲਜੁਗ ਆ

ਜਿਸ ਬੰਦੇ ਕੋਲ ਅੱਜ ਦੇ ਟਾਈਮ ਲੱਖਾਂ ਨੋਂ ਨਾ ਮਿੱਤਰਾਂ,

ਲੋਕੀ ਉਹਨੂੰ ਕਰੋੜਪਤੀ ਬਣੌਂਨ ਨੂੰ ਫ਼ਿਰਦੇ ਆ,

ਇੱਥੇ ਕਲਜੁਗ ਦਾ ਟਾਈਮ ਚੱਲਦਾ,

ਜਿਸ ਬੰਦੇ ਨੇ ਸਿਰਫ਼ ਪੰਜੀ ਨਾਲ਼ ਪੂਰੇ ਘਰ ਦਾ ਗੁਜ਼ਾਰਾ ਕਰਨਾਂ
ਨਾਂ,

ਉਹੀ ਕਰੋੜਪਤੀ ਉਹਦੀ ਪੰਜੀ ਦੇਖਕੇ ਵੀ ਕੁਸ਼ ਨੀ ਹੁੰਦੇ...

ਛੱਡ ਗਿਆ?

ਜੇੜੇ ਕਦੇ ਸਾਡੇ ਤੋਂ ਇੱਕ ਮਿੰਟ ਵੀ ਦੂਰ ਜਾਣ ਤੋਂ ਡਰਦੇ ਸੀ,

ਤੇ ਸੌਂਹਾਂ ਖਾਂਦੇ ਫ਼ਿਰਦੇ ਸੀ ਨਾਂ,

ਅੱਜ ਉਹੀ ਸਾਡੇ ਤੋਂ ਦੂਰ ਜਾਣ ਲਈ ਮਿੰਟ ਮਿੰਟ ਸੋਚਦੇ ਨੌਂ.

ਕੋਈ ਨੀਂ ਜਾਣਦਾ.

ਉਸਤਾਦ ਅੱਜ ਆਵਦੇ ਪੈਰਾਂ ਤੇ ਆਂ ਤੇ ਲੋਕੀ ਗੱਲਾਂ ਕਰਦੇ ਆ,

ਵੀ ਪਤਾ ਨੀ ਕੇੜਾ ੨ ਨੰਬਰ ਦਾ ਕੰਮ ਕਰਦੇ ਫਿਰਦੇ ਆ,

ਪਰ ਉਹ ਕਿ ਜਾਣਦੇ ਨੇ ਸਾਡੇ ਬਾਰੇ,

ਅਸੀਂ ਤਾਂ ਉਹ ਦਿਨ ਵੀ ਦੇਖੇ ਨੇ ਮਿੱਤਰਾਂ,

ਜਦੋਂ ਕੋਈ ਆਪਣਾ ਤਾਅਨੇ ਮਾਰਦਾ ਸੀ ਨਾ,

ਤਾਂ ਰੋਟੀ ਦੀ ਬੁਰਕੀ ਮੂੰਹ ਕੋਲੋਂ ਮੁੜਕੇ ਆ ਜਾਂਦੀ ਸੀ...

ਸੱਚੀ ਗੱਲ।

ਕਈ ਬੰਦੇ ਆਪਣੇ ਸੁਆਰਥ ਲਈ ਦੂਜੇ ਦਾ ਘਰ ਤੱਕ ਉਜਾੜਨ
ਲੱਗੇ ਵੀ ਨਹੀਂ ਸੋਚਦੇ.

ਲਾਲਚ

ਤੇਰੀ ਤੇ ਮੇਰੀ ਸੋਚ ਵਿੱਚ ਬਹੁਤ ਫ਼ਰਕ ਆ ਮਿੱਤਰਾ,

ਕੇ ਜਦੋਂ ਅਜ਼ਮਾਇਆ ਤਾਂ ਪਤਾ ਲੱਗਾ,

ਕੇ ਤੂੰ ਪੈਸੇ ਨੂੰ ਤੇ ਮੈਂ ਰਿਸ਼ਤਿਆਂ ਨੂੰ ਪਹਿਲ ਦਿਨਾਂ....

ਮਤਲਬੀ ਦੁਨੀਆਂ

ਇਹ ਮਤਲਬੀ ਦੁਨੀਆਂਦਾਰੀ ਏ,
ਇੱਥੇ ਬੱਸ ਪੈਸੇ ਨਾਲ ਹੀ ਯਾਰੀ ਏ,
ਇੱਥੇ ਆਪਣੇ ਹੀ ਆਪਣਿਆਂ ਨੂੰ ਮਾਰਦੇ ਨੇ,
ਨਾ ਆਉਂਦੀ ਦੁਸ਼ਮਣ ਦੀ ਵਾਰੀ ਏ,
ਤੂੰ ਵੀ ਹੋ ਜਾ ਮਤਲਬੀ ਇੱਥੇ,
ਕਿਉਂਕਿ ਮਤਲਬੀ ਦੁਨੀਆਂਦਾਰੀ ਏ,

ਇੱਥੇ ਚੜ੍ਹਦਾ ਸਵੇਰਾ ਦੁੱਖਾਂ ਨਾਲ,
ਰੋਜ਼ ਲੱਗਦੀ ਨਵੀਂ ਬਿਮਾਰੀ ਏ,
ਰਾਤਾਂ ਨੂੰ ਨਿਕਲਣ ਖੁੱਡਾ ਚੋਂ,
ਜੋ ਜਿਸਮਾਂ ਦੇ ਵਪਾਰੀ ਨੇ,
ਇੱਥੇ ਕਿਸੇ ਦਾ ਨੀ ਚੱਲਦਾ ਵੱਸ ਸੱਜਣਾਂ,
ਕਿਉਂਕਿ ਹੁਣ ੨੧ਵੀ ਸਦੀ ਦੀ ਵਾਰੀ ਏ,
ਤੂੰ ਵੀ ਹੋ ਜਾ ਮਤਲਬੀ ਇੱਥੇ,
ਕਿਉਂਕਿ ਮਤਲਬੀ ਦੁਨੀਆਂਦਾਰੀ ਏ...

ਇੱਥੇ ਮਾਂ ਦੇ ਕੋਲ ਨਾ ਬੈਠੇ ਕੋਈ,
ਸੇਹਲੀ ਨਾਲ ਨਿੱਕਲਦੀ ਰਾਤ ਸਾਰੀ ਏ,
ਗ਼ਰੀਬ ਦੀ ਕੁੱਲੀ ਫ਼ਿਰਦੇ ਢੋਣ ਨੂੰ,
ਮੋਟੀ ਸਾਮੀ ਨਾਲ ਰਿਸ਼ਤੇਦਾਰੀ ਏ,
ਗੁਰੂਆਂ ਨੂੰ ਭੁੱਲੀ ਫ਼ਿਰਦੇ ਨੇ,
ਤੇ ਸ਼ਤਾਨਾ ਦੀ ਆਈ ਵਾਰੀ ਏ,
ਤੂੰ ਵੀ ਹੋ ਜਾ ਮਤਲਬੀ ਮਿੱਤਰਾਂ,
ਕਿਉਂਕਿ ਮਤਲਬੀ ਦੁਨੀਆਂਦਾਰੀ ਏ..

ਯਾਰੀ-ਯਾਰੀ ਕਰਦਾ ਸ਼ਿੰਦਰ,
ਇੱਥੇ ਯਾਰੀ ਚ ਅੱਜ ਕੱਲ ਵਪਾਰੀ ਏ,
ਬਹੁਤਾ ਮਾਣ ਨੀ ਕਰੀਦਾ ਜਵਾਨੀ ਦਾ,
ਕਿ ਪਤਾ ਅੱਗਲੀ ਉਹਨੀ ਕੇਦੀ ਵਾਰੀ ਏ,
ਲੱਗਿਆ ਬਰਫ਼ ਚ ਤਾਂ ਪਤਾ ਲੱਗਦਾ,
ਅੱਜ ਆਈ ਮੌਤ ਦੀ ਵਾਰੀ ਏ,
ਤੂੰ ਵੀ ਹੋ ਜਾ ਮਤਲਬੀ ਇੱਥੇ,
ਕਿਉਂਕਿ ਇਹ ਮਤਲਬੀ ਦੁਨੀਆਦਾਰੀ ਏ,
ਮਤਲਬੀ ਦੁਨੀਆਂਦਾਰੀ ਏ..

ਸ਼ਿੰਦਰ ਸ਼ਾਇਰ?

ਐਨਾ ਬਦਲ ਗਿਆ ਹਾਂ ਮੈਂ ਤੈਨੂੰ ਦੱਸ ਨੀ ਸਕਦਾ,
ਮੇਰਾ ਵਸਿਆ ਵੇਹੜਾ ਉਜੜ ਗਿਆ,
ਜੋ ਦੋਬਾਰਾ ਕੱਦੇ ਵੱਸ ਨੀ ਸਕਦਾ,
ਸੁੱਖ ਲੱਭਦੇ-ਲੱਭਦੇ ਨਾਲ਼ ਚੈਨ ਵੀ ਗਵਾ ਬੈਠਾ,
ਐਨਾ ਕੁ ਪੱਥਰ ਹੋ ਗਿਆ ਇਹ ਦਿਲ,
ਕੇ ਦੋਬਾਰਾ ਹੁਣ ਖੁੱਲ ਕੇ ਕਦੀ ਹੱਸ ਨੀ ਸਕਦਾ,
ਇਹ ਦਿਲ ਹੀ ਆ ਸੱਜਨਾਂ,
ਇਹਨੂੰ ਸੁਇਆਂ ਨਾਲ ਸੀਆਂ ਨੀ ਜਾ ਸਕਦਾ,
ਪਰ ਹਾਂ ਇਹਨੂੰ ਤੋੜ ਕੇ ਕਿਸੇ ਖੂੰਜੇ ਰੱਖਿਆ ਜ਼ਰੂਰ ਜਾ ਸਕਦਾ,
ਇਹਨੇ ਭਰੋਸੇ ਤੋੜੇ ਨੇਂ ਸਾਡੇ ਜ਼ਿੰਦਗੀ ਨੇਂ,
ਕੇ ਹੁਣ ਕਿਸੇ ਤੇ ਯਕੀਨ ਵੀ ਨੀ ਕੀਤਾ ਜਾ ਸਕਦਾ,
ਸ਼ਿੰਦਰ ਲਈ ਅੱਜ ਜੀਣਾਂ ਤਾਂ ਬਹੁਤ ਚੋੱਦੇ ਹੋਣ ਗਏ,
ਪਰ ਮੈ ਕਿਸੇ ਲਈ ਅੱਜ ਤੋਂ ਬਾਅਦ ਮਰ ਨੀ ਸਕਦਾ,
ਤੂੰ ਮੇਰਾ ਸੀਵਾ ਸੇਕਣ ਨੂੰ ਫ਼ਿਰਦਾ ਏ,
ਇੱਕ ਵਾਰ ਖੁੱਦ ਮੂਹੋਂ ਤਾਂ ਕਹਿਕੇ ਤਾਂ ਦੇਖਦਾ,
ਖੁੱਦ ਆਪਨੇ ਆਪ ਨੂੰ ਹੱਥੀਂ ਲਾ ਕੇ ਅੱਗਾ,
ਤੈਨੂੰ ਨਿਘ ਦਵਾ ਦਿੰਦੇ,
ਲਿੱਖਣਾ ਤਾਂ ਬਹੁਤਾ ਨਹੀਂ ਆਉਂਦਾ ,
ਬੱਸ ਆ ਕੁੱਜ ਅੱਖਰ ਨੇ ਜੋ ਸ਼ਿੰਦਰ ਨੂੰ ਸ਼ਾਇਰ ਬਣਾ ਦਿੰਦੇ,
ਕੁੱਜ ਅੱਖਰ ਨੇ ਜੋ ਸ਼ਿੰਦਰ ਨੂੰ ਸ਼ਾਇਰ ਬਣਾ ਦਿੰਦੇ..

ਆਮ ਬੰਦਾ ਮੈਂ ਤੇ.

ਆਮ ਜਹੇ ਨੂੰ ਖਾਸ ਕਰਗੀ,
ਤੇਰੀ ਮਿੱਠੀ ਜਹੀ ਮੁਸਕਾਨ ਕੁੜੇ,
ਜਿਉਂਦੀ ਲਾਸ਼ ਵਿੱਚ ਜਾਨ ਜਹੀ ਭਰ ਗਈ,
ਤੇਰੇ ਮੁਹੋ ਨਿੱਕਲੇ ਅਲਫਾਜ਼ ਕੁੜੇ,
ਸੋਚਿਆ ਨੀ ਸੀ ਆਏਗੀ ਤੂੰ ਇਦਾਂ,
ਜਿਵੇਂ ਆਉਂਦੀ ਐਡਾਂ ਵਿੱਚ ਬਹਾਰ ਕੁੜੇ,
ਨੀ ਤੇਰੀ ਇੱਕ ਨਿੱਕੀ ਜਹੀ ਮੁਸਕਾਨ,
ਮੈਨੂੰ ਤੜਫਾਵੇ ਸਾਰੀ ਰਾਤ ਕੁੜੇ,
ਨਿੱਗ ਮਿਲਦਾ ਮੈਨੂੰ ਉਦੋਂ,
ਜਦੋਂ ਲੱਗੇ ਗਲ਼ ਨਾਲ ਆ ਕੁੜੇ,
ਬਦਲਾਂ ਵਾਂਗ ਪਾਇਆ ਦਿੱਲ ਮੇਰੇ ਨੂੰ ਘੇਰਾ ਤੂੰ,
ਤੇ ਮੀਂਹ ਵਾਂਗ ਦਿਮਾਗ਼ ਵਿੱਚ ਵਰਦੀ ਏ,
ਜਦੋਂ ਹੋਵੇਂ ਗੁੱਸੇ ਨਾਲ ਮੇਰੇ,
ਤਾਂ ਇੰਜ ਲੱਗਦਾ ਜਿਵੇਂ ਲੱਸ਼ਕੇ ਬਿਜ਼ਲੀ ਵਾਂਗ ਕੁੜੇ,
ਮੇਰਾ ਵੀ ਵੱਧਦਾ ਮਾਣ ਉਦੋਂ,
ਜਦੋਂ ਤੁਰੇ ਮੋਢੇ ਨਾਲ ਮੋਢਾ ਲਾ ਕੁੜੇ,
ਇਸ ਆਮ ਜਹੇ ਨੂੰ ਖਾਸ ਕਰਗੀ,
ਤੇਰੀ ਨਿੱਕੀ ਜਹੀ ਮੁਸਕਾਨ ਕੁੜੇ,
ਤੇਰੀ ਨਿੱਕੀ ਜਹੀ ਮੁਸਕਾਨ ਕੁੜੇ..

ਜੱਦ ਮੁੱਕਣੇ ਸਾਹ ਸਰੀਰ ਚੋਂ।

ਬੁਲਾਂ ਤੇ ਮੁਸਕਾਨ ਤੇ ਅੱਖਾਂ ਚ ਸ਼ਰਾਰਤ,
ਮੇਰਾ ਦਿਲ ਕਰਦਾ ਮੈਂ ਕਰਾਂ ਕੋਈ ਇਬਾਦਤ,
ਸੁਪਨੇ ਵਿੱਚ ਖੜੀ ਚੁੜਾ ਪਾ,
ਆਉਂਦੀ ਏ ਬਾਰ-ਬਾਰ,
ਅੱਜ ਹੀ ਲੈਜਾ ਤੈਨੂੰ ਵਿਆਹ ਮੈਨੂੰ ਦੇ ਤਾਂ ਸਹੀਂ ਇਜਾਜ਼ਤ,
ਵਿਆਹ ਵਿੱਚ ਹੋਣਗੇ ਰਿਸ਼ਤੇਦਾਰ,
ਪਰ ਇਹ ਹੁਣਾ ਪਹਿਲੀ ਵਾਰ,
ਆਪਾਂ ਨੂੰ ਪਾਉ ਸ਼ਗਨ ਵੀ,
ਆ ਕੇ ਥੱਲੇ ਯਮਰਾਜ,
ਪਹਿਲੀ ਵਾਰ ਹੋ ਇਦਾ,
ਉੱਥੇ ਰੋਣਗੇ ਮੁੰਡੇ ਵਾਲੇ ਵੀ,
ਤੇ ਪੁੱਛਣ ਗੇ ਗੌਰ ਆਕੇ,
ਇਹ ਸਭ ਹੋਇਆ ਕਿੱਦਾਂ,
ਸ਼ਿੰਦਰ ਦੇ ਆਖ਼ਰੀ ਪੱਲ ਵਿੱਚ ਹੁਣਾ ਨਾਲ਼ ਤੂੰ,
ਕਿਸੇ ਨੇ ਪੁੱਛਣੀਆਂ ਨੀ ਆਪਣੀਆਂ ਜਾਤਾਂ,
ਮੈਂ ਬੁਜਿਆ ਕਰੋਂ ਸਾਰੀ ਰਾਤ ਬੈਠਾ,
ਤੂੰ ਬੱਸ ਪਾਈ ਇਸ਼ਕ ਦੀਆਂ ਬਾਤਾਂ,
ਇਹ ਸਭ ਲਿਖਿਆ ਹੀ ਇਸ ਕਰਕੇ ਮੈਂ,
ਕਿਸੇ ਨੂੰ ਪਤਾ ਤਾਂ ਲੱਗੇ ਕਿ ਮੇਰੀਆਂ ਕਿੰਨੀਆਂ ਕੁ ਨੇ ਔਕਾਤਾਂ,
ਕਿੰਨੀਆਂ ਕੁ ਨੇ ਔਕਾਤਾਂ...

ਸਦੀਆਂ

ਕਿਆ ਖੁਬ ਨਜ਼ਾਰਾ ਹੋਤਾ ਹੈ,
ਉਸ ਠੰਡੀ ਤੇਜ਼ ਹਵਾਓਂ ਕਾ,
ਜ਼ੋ ਜਲੇ ਸੀਨੇ ਕੋ ਬੀ ਠੰਡਕ ਸੇ ਬਰ ਜਾਤੀ ਹੈ,
ਅਰੇ ਹੱਮ ਤੋ ਤੁਮਹਾਰੇ ਲੀਏ ਜੀਨੇ ਕਿ ਚਾਹਤ ਮੈ ਥੇ ਹਜ਼ੂਰ,
ਜਬ ਹੋਤੇ ਹੋ ਹਮਾਰੇ ਸਾਥ ਤੁਮ ਤੱਬ ਚੇਹਰੇ ਪਰ ਰੰਗਤ ਜਹੀ
ਆ ਜਾਤੀ ਹੈ,
ਆਂਖੇਂ ਬੰਦ ਕਰ ਸੋਂ ਹੀ ਨਹੀਂ ਪਾਇਆ ਅੱਜ ਤੱਕ,
ਕਿਉਂਕਿ ਤੁਮ੍ਹਾਰੇ ਸਾਮੁਨੇ ਆ ਜਾਨੇ ਸੇ ਮੇਰੀ ਨੀਂਦ ਸੀ ਹੀ ਉਡ਼
ਜਾਤੀ ਹੈ,
ਅਰੇ ਇਤਨੇ ਪਾਸ ਬੀ ਨਾ ਆਓ ਮੇਰੇ ਜਨਾਬ,
ਤੁਮਾਹਰੇ ਛੂਨੇਂ ਸੇ ਮੇਰੀ ਧੜਕਨ ਹੀ ਬੜ ਜਾਤੀ ਹੈ,
ਆਜ ਨਹੀਂ ਤੋ ਕੱਲ ,
ਏਕ ਨਾ ਏਕ ਦਿਨ ਸਬ ਏਕ ਦੁਸਰੇ ਕੋ ਅੱਲਵਿਦਾ ਕਹਿ ਜਾਤੇ
ਹੈਂ,
ਸ਼ਾਹਿਦ ਜਹੀ ਕੁਝ ਬਾਤੋਂ ਸੇ ਹੱਮ ਸ਼ਾਇਰ ਕਹਿਲਾਨੇ ਲਗ
ਜਾਤੇ ਹੈਂ,
ਖੁਦਾ ਨੇ ਏਕ ਹੀ ਜ਼ਿੰਦਗੀ ਦੀ ਹੈ ਜਨਾਬ,
ਹੱਸ ਕਰ ਬਿਤਾਇਆ ਕੀਜਿਏ,
ਈਸੀ ਕੋ ਤੋ ਦੁਨੀਆਂ ਕਹਿਤੇ ਹੈਂ ਮੇਰੇ ਦੋਸਤ,
ਕਿਉਂਕਿ ਏਕ ਬਾਰ ਜੋ ਰੁਠ ਜਾਏ,
ਉਸੇ ਮਾਨਨੇ ਮੈਂ ਸਦੀਆਂ ਬੀਤ ਜਾਤੀ ਹੈਂ,
ਸਦੀਆਂ ਬੀਤ ਜਾਤੀ ਹੈਂ ..

ਇਦਾਂ ਹੀ ਠੀਕ ਆ ਬਾਈ।

ਮੈਂ ਗੁਮਨਾਮ ਹੀ ਰਹਿਣਾ ਪਸੰਦ ਕਰਦਾ,
ਸ਼ਰੇਆਮ ਮੁਹਰੇ ਆਉਣਾ ਮੇਰੀ ਆਦਾਤ ਨੀ,
ਮਿਲਿਆ ਧੋਖਾ ਤੇ ਦਿਲ ਟੁਟਿਆ,
ਬੱਸ ਹੁਣ ਜੀਣ ਦੀ ਚਾਹਤ ਨੀ,
ਲਿਖਿਆ ਕੱਲਾ ਕੱਲਾ ਬੋਲ ਜੋ,
ਸੂਲਾਂ ਵਾਂਗੂ ਚੁਭਦੇ ਕਰੀਆਂ ਦੇ,
ਮੇਰੇ ਲਿੱਖੇ ਅੱਖਰਾਂ ਤੇ,
ਲੈਂਦੇ ਉ ਗ਼ਲਤ ਅੰਦਾਜ਼ਾ,
ਤੈਨੂੰ ਕਿ ਪਤਾ ਮੈਂ ਕਿ-ਕਿ ਸਏੀਆਂ ਨੇਂ,
ਜੋ ਲਿਖਿਆ ਸਭ ਸੱਚ ਲਿਖਿਆ ਆਵਦੇ ਬਾਰੇ,
ਕਿਤੇ ਕੱਲਾ ਬੈਠ ਸੋਚੀਂ ਮਿੱਤਰਾਂ,
ਤੂੰ ਮੈਨੂੰ ਕਿ-ਕਿ ਕਿੱਥੇ ਕਈਆਂ ਨੇਂ,
ਮੂੰਹ ਤੇ ਬਣਦੇ ਭੋਲੇ,
ਤੇ ਪਿੱਠ ਤੇ ਮਾਰਦੇ ਸੂਰੀਆਂ ਨੇਂ,
ਸ਼ਿੰਦਰ ਬਾਰੇ ਕੋਈ ਨਾ ਜਾਣੇ,
ਉਹਨੇ ਕਿ-ਕਿ ਲੋਕਾਂ ਤੋਂ ਸੁਣੀਆਂ ਨੇਂ,
ਕਿ-ਕਿ ਲੋਕਾਂ ਤੋਂ ਸੁਣੀਆਂ ਨੇਂ..

ਦੇਖ ਲਿਆ ਬਣਕੇ ਆਪਣਾ...

ਆਪਣਾ ਬਣਕੇ ਦੇਖ ਲਿਆ ਆਪਣਿਆਂ ਦਾ,
ਪਰ ਆਪਣਿਆਂ ਨੇ ਆਪਣਾ ਨਾ ਸਮਜਿਆ,
ਤਾਅਨੇ ਮਿਲਦੇ ਰਹੇ ਤੇ,
ਤੇ ਜ਼ਖ਼ਮਾਂ ਤੇ ਲੂਣ ਪੈਂਦੇ ਗਏ,
ਖ਼ੋਰੇ ਤਾਂ ਹੀ ਅਸੀਂ ਆਪਣੇ ਆਪ ਨੂੰ ਹੋਰ ਮਜ਼ਬੂਤ ਬਣੌਂਦੇ ਗਏ,
ਮਰਿਆਂ ਵਾਂਗ ਜਿਉਂਦਾ ਹਾਂ ਰੋਜ਼,
ਕਿਉਂਕਿ ਮਤਲਬ ਕੱਢ ਸਾਰੇ ਮਨੋਂ ਲੈਂਦੇ ਗਏ,
ਮੈਂ ਹੀ ਜਾਣਦਾ ਮੈਂ ਕਿੰਨਾਂ ਕੁਝ ਜਰਿਆ,
ਮਰੇ ਨੂੰ ਤਾਂ ਘਿਉ ਪਾਉਣ ਤੱਕ ਜਾਂਦੇ ਨੇ ਮੂੰਹ ਚ,
ਜਿਉਂਦੇ ਜੀ ਸਾਲਾ ਇਕ ਘੁੱਟ ਵੀ ਨਾ ਸਰਿਆ,
ਮੇਰੇ ਦੇਖ ਲਿਖੇ ਅੱਖਰਾਂ ਨੂੰ,
ਮੇਰੇ ਕੱਲੇ ਬਾਪ ਦਾ ਹੀ ਸੀ ਜੋ ਦਿਲ ਭਰਿਆ,
ਮੈਨੂੰ ਥੱਲੇ ਡਿੱਗਦਾ ਦੇਖ,
ਬਾਕੀਆਂ ਦੀ ਤਾਂ ਨੱਚਦੀ ਕਾਂਟੋਂ ਫੁੱਲਾਂ ਤੇ,
ਪਰ ਇਕ ਗੱਲ ਹਮੇਸ਼ਾਂ ਯਾਦ ਰੱਖਿਓ,
ਜਿੱਦਣ ਬਣ ਗਏ ਕੁਝ ਜ਼ਿੰਦਗੀ ਚ,
ਉਸ ਦਿਨ ਨਾਮ ਨਾ ਆਵੇ ਬੁੱਲਾਂ ਤੇ,
ਨਾਮ ਨਾ ਆਵੇ ਬੁੱਲਾਂ ਤੇ....

ਸੁਣਿਆਂ?

ਮਿੱਤਰਾ ਜੇ ਛੱਡਣਾ ਤਾਂ ਸਿੱਧਾ ਦੱਸ ਜਾਈ,

ਸਾਨੂੰ ਕੋਈ ਗ਼ਮ ਨੀ,

ਪਰ ਹਾਂ,

ਸਾਨੂੰ ਆ ਦੋਗਲਾਪਨ ਜਮਾ ਪਸੰਦ ਨੀ.

ਕਰਲੋਂ ਬਕਵਾਸ.

ਇਹ ਦੁਨੀਆਂ ਸਾਲੀ ਗੰਦੀ ਬਾਲੀ,

ਦੂਜੇ ਨੂੰ ਥੱਲੇ ਡਿੱਗਦਾ ਦੇਖ ਮਾਰਦੀ ਏ ਤਾੜੀ,

ਨਿੱਕੀ ਜ਼ਿੰਦ ਨੋਂ ਥੇਖੇ ਬੜੇ ਖਾਦੇ ਨੋਂ,

ਫ਼ਿਰ ਵੀ ਦਿਲ ਨੋਂ ਕਦੇ ਸੀ ਨਾ ਕੀਤਾ,

ਜੋ ਵੀ ਕੀਤਾ ਕੱਲਿਆਂ ਕੀਤਾ,

ਕਿਸੇ ਦੇ ਪਲਿਊ ਪਾਣੀ ਦਾ ਘੁੱਟ ਵੀ ਨੀ ਪੀਤਾ,

ਪਰ ਸਾਲੀ ਗੰਦੀ ਦੁਨੀਆਂ ਇਹ ਹੀ ਕਹਿੰਦੀ ਏ,

ਇਹਨੇ ਜੋ ਵੀ ਕੀਤਾ ਸਾਡੇ ਸਿਰੋਂ ਕੀਤਾ...

ਕਰਦਾ ਕੋਈ ਨੀਂ।

ਅੱਜ ਕੱਲ ਸੱਭ ਦੋਗਾਲੀਆਂ ਸ਼ਕਲਾਂ ਵਾਲੇ ਨੇ ਮਿੱਤਰਾ,

ਥੋੜ੍ਹਾ ਬੱਚ ਕੇ ਚੱਲਿਆ ਕਰ,

ਨਹੀਂ ਤਾਂ ਇੱਥੇ ਬੰਦੇ ਦੀ ਜਾਨ ਕੱਢ ਕੇ ਵੀ ਕਹਿੰਦੇ ਨੇ,

ਇਹਦੇ ਲਈ ਤਾਂ ਮੈਂ ਆਪਣੀ ਜਾਨ ਤੱਕ ਦੇ ਸੱਕਦਾ ਸੀ...

ਉਹ ਗੱਲ ਨੀਂ ਬਣਦੀ.

ਰਿਸ਼ਤੇ ਇੱਕ ਰਬੜ ਦੀ ਤਰਾਂ ਹੁੰਦੇ ਆ ਉਸਤਾਦ,

ਜੇ ਉਹਨੂੰ ਲਿਮਿਟ ਵਿੱਚ ਰੱਖਦੇ ਤਾਂ ਠੀਕ ਰਹਿੰਦਾ,

ਜੇ ਜਾਦਾ ਖਿੱਚੇ ਤਾਂ ਰਬੜ ਦੀ ਤਰਾਂ ਟੁੱਟ ਜਾਂਦੇ ਨੇਂ ,

ਬਾਅਦ ਵਿੱਚ ਜਿੰਨੀਆਂ ਮਰਜ਼ੀ ਗੰਢਾਂ ਮਾਰ ਲੋ ਉਹ ਗੱਲ ਨੀ
ਬਣਦੀ...

ਪ੍ਰਵਾ ਨੀ ਮੈਨੂੰ

ਹਮ ਤੋ ਖ਼ੁਦ ਕਿ ਜ਼ਿੰਦਗੀ ਕੇ ਸਾਥ ਜੁਆ ਖੇਲਣੇ ਕਾ ਸ਼ੌਕ ਰੱਖਤੇ
ਹੈਂ ਜਨਾਬ,
ਕਿਉਂਕਿ ਉਸਮੇਂ ਬਾਜ਼ੀ ਬੀ ਹਮਾਰੀ ਹੋਤੀ ਹੈ ਔਰ ਜੀਤ ਬੀ,
ਹੱਸ ਕਰ ਚਾਹੇ ਦਿਲ ਮਾਂਗਾ ਲਿਜੀਏ,
ਪਰ ਕਿਸੀ ਕਿ ਅਕੜ ਮੈਂ ਝੁਕੀ ਕੌੜੀ ਤੱਕ ਨਹੀਂ ਦੇਤਾ,
ਹਮਰੇ ਸਾਥ ਜ਼ਿੰਦਗੀ ਔਰ ਮੌਤ ਕਾ ਖੇਲ ਖੇਲੁਣੇ ਕਾ ਬੀ ਮੱਤ
ਸੋਚਣਾਂ,
ਕਿਉਂਕਿ ਜ਼ਿੰਦਗੀ ਸੇ ਮੁਜੇ ਬੋਹਤਾ ਲਗਾਵ ਨਹੀਂ,
ਔਰ ਮੌਤ ਕਿ ਮੁਜੇ ਪ੍ਰਵਾ ਨਹੀਂ,
ਦਿਲ ਸੇ ਖਹਿਤਾ ਹੂੰ ਆਜ ਸੇ ਤੇਰੀ ਔਰ ਮੇਰੀ ਕੋਈ ਮੁਲਾਕਾਤ
ਨਹੀਂ,
ਮੇਰੇ ਕੋ ਗਿਰਾ ਕਰ ਖ਼ੁਦ ਕੋ ਆਗੇ ਕਰਨਾਂ ਚਾਹਤੇ ਹੋ ਬੁਜ਼ਦਿਲੋਂ,
ਲੱਗਾ ਤਾ ਹੈ ਅੱਬ ਤੁਮ੍ਹਾਰੇ ਅੰਦਰ ਜੀਨੇ ਕਿ ਚਾਹਤ ਨਹੀਂ,
ਜੀਨੇ ਕਿ ਚਾਹਤ ਨਹੀਂ...

ਉਜਾੜ ਗਿਆ ।

ਵੱਕਤ ਨੇ ਜਿਊਂਦੇ ਜੀ ਨੂੰ ਮਾਰ ਤਾ ਮਿੱਤਰਾ,
ਜਦ ਦਾ ਤੂੰ ਮੇਰੇ ਸੁਪਨੇ ਵਿੱਚ ਆ ਕੇ,
ਮੇਰਾ ਬਣਿਆਂ ਸੁਪਨੇ ਵਾਲਾ ਘਰ ਵੀ ਉਜਾੜ ਤਾ ਮਿੱਤਰਾ..

ਆਪ ਹੀ ਸਮਝ ਲਈ

ਸਮਝਣ ਵਾਲਾ ਸਮਝ ਗਿਆ,
ਮੇਰੇ ਦੁੱਖਾਂ ਦੇ ਅਲਫਾਜ਼ ਨੂੰ,
ਜ਼ੋ ਕਰਦੇ ਗੱਲਾਂ ਸਾਡੀਆਂ,
ਉਹ ਕੀ ਜਾਨਣ ਸਾਡੇ ਦਿਲ ਦੇ ਰਾਜ਼ ਨੂੰ..

ਨਹੀਂ ਕਹਿ ਸੱਕਦਾ .

ਮੇਰੀ ਮੁਸਕਾਨ ਦੇਖ ਤੂੰ ਬੁੱਲ੍ਹਾਂ ਤੇ,
ਜਿਵੇਂ ਪਰਬਤ ਛੂਵੇ ਅਸਮਾਨ ਨੂੰ,
ਘਰ ਤੋਂ ਹੋ ਦੂਰ ਗਈ ਅੱਜ,
ਫ਼ੇਰ ਵੀ ਹੱਥ ਪਾਇਆ ਉੱਚੇ ਮੁਕਾਮ ਨੂੰ,
ਬੱਸ ਇੱਕ ਦਿਲ ਦੀ ਗੱਲ ਨਾਂ ਕਹਿ ਪਾਵਾਂ,
ਉਸ ਚੰਦਰੇ ਦਿਲ ਦੇ ਬੇਈਮਾਨ ਨੂੰ,
ਉਸ ਚੰਦਰੇ ਦਿਲ ਦੇ ਬੇਈਮਾਨ ਨੂੰ..

ਟਾਈਮ ਸਾਡਾ ਹੁਣ।

ਮੌਤ ਦੀ ਬਾਜ਼ੀ ਖੇਡੀ ਆ ਜੱਟ ਦੇ ਪੁੱਤ ਨੇੰ,
ਤਾਂ ਹੀ ਜ਼ਿੰਦਗੀ ਨਾਲ਼ ਜੀਣਾਂ ਆ ਗਿਆ,
ਜਿੰਨ੍ਹਾਂ ਮੱਚ ਹੁੰਦਾ ਹੁਣ ਮਚੋ ਸਾਲਿਓ,
ਕਿਉੁੰਕਿ ਹੁਣ ਟਾਇਮ ਸਾਡਾ ਆ ਗਿਆ,
ਹੁਣ ਟਾਇਮ ਸਾਡਾ ਆ ਗਿਆ,

ਮੇਰਾ ਨਾਮ ...

ਕਿ Gucci ਤੇ ਕਿ ਅਰਮਾਨੀ,

ਮੈਂ ਤੇ ਜਾਣ ਵਾਰਦੂ ਤੇਰੇ ਤੋਂ,

ਤੂੰ ਹੌਂਸਲਾ ਕੱਢਕੇ ਹਾਂ ਤੇ ਕਰਕੇ ਦੇਖ ਮਿੱਤਰਾ,

ਦੁਨੀਆਂ ਦੀਆਂ ਖੁਸ਼ੀਆਂ ਜਿੱਤ ਕੇ ਵੀ ਹਾਰਜੂ ਤੇਰੇ ਤੋਂ,

ਤੇਰੇ ਤੇ ਲਿੱਖ-ਲਿੱਖ ਤੇਰੇ ਤੇ ਗਾਵਾਂ,

ਤੈਨੂੰ ਹੀ ਸੋਚ-ਸੋਚ ਬੱਸ ਤੇਰਾ ਹੁੰਦਾ ਜਾਵਾਂ,

ਕੱਢੀ ਨਾਂ ਖ਼ਿਆਲ ਮੇਰਾ ਦਿਲ ਆਵਦੇ ਚੋਂ,

ਕਿਉਂਕਿ ਤੈਨੂੰ ਟੁੱਟਦਾ ਦੇਖ ਮੈਂ ਆਪ ਅੱਧਾ ਹੁੰਦਾ ਜਾਵਾਂ,

ਪਿਆਰਾਂ ਤੋਂ ਦੂਰ ਤੇ ਮੌਤ ਨਾਲ਼ ਯਾਰੀ ਪੱਕੀ ਆ,

ਮੈਂ ਨੀ ਤੂੰ ਮੈਨੂੰ ਛੱਡਿਆ ਸੀ ਬੱਸ ਇਹ ਲੋਕਾਂ ਨੂੰ ਦੱਸੀ ਨਾ,

ਮੇਰਾ ਅੰਦਰੂਨੀ ਹਾਸਾ ਤੇ ਸੱਤ ਸਮੰਦਰੋਂ ਪਾਰ ਵੱਸਦਾ ਏ,

ਇਹ ਤਾਂ ਬੱਸ ਜਿਸਮ ਆ ਇੱਥੇ ਜੋ ਲੋਕਾਂ ਸਾਮ੍ਹਣੇ ਫੋਕਾ ਹੱਸਦਾ ਏ,

ਮੇਰਾ ਨਾਮ ਲਿਖਿਆ ਮੇਰੇ ਖ਼ੁਦ ਦੇ ਅੱਖਰਾਂ ਚ,

ਜੋ ਲੋਕਾਂ ਵਿੱਚ ਨਕਾਰ ਹੋ ਰਿਹਾ ਏ,

ਸਾਡ਼ਾ ਤੇ ਹਊ ਜ਼ਰੂਰ ਬੇਗੈਰਤਾਂ ਦੇ ਦਿਲਾਂ ਵਿੱਚ ,

ਕਿਉਂਕਿ ਮੇਰੇ ਦਾਦੇ ਦਾ ਰੱਖਿਆ ਨਾ ਸ਼ਿੰਦਰ,

ਅੱਜ ਕੱਲ ਰੋਸ਼ਣਾ ਹੋ ਰਿਹਾ ਏ,

ਅੱਜ ਕੱਲ ਰੋਸ਼ਣਾ ਹੋ ਰਿਹਾ ਏ...

ਕੀ ਪਤਾ?

ਇੱਥੇ ਦਾਰੂ ਤੇ ਨੋਂ ਬਣਦੇ ਗਾਣੇ,
ਜੋ ਲੱਗਦੇ ਚੰਗੇ ਜਵਾਕਾ ਨੂੰ,
ਜਰਾ ਗੋਰ ਫੁਰਮਾਈ ਮੇਰੀ ਗੱਲ ਤੇ,
ਕਦੇ ਭੁੱਲਕੇ ਵੀ ਜਾਹਿਰ ਨਾ ਕਰੀ ਆਵਦੇ ਜਜ਼ਬਾਤਾਂ ਨੂੰ,
2 ਟਾਈਮ ਦੀ ਰੋਟੀ ਟੁੱਕ ਨਾ ਪੈਸੇ ਪੱਲੇ,
ਕਦੇ ਗੌਰ ਕਰੀਂ ਹਲਾਤਾਂ ਨੂੰ,
ਇੱਥੇ ਬੰਦਿਆਂ ਨੂੰ ਹੀ ਜੇਲ੍ਹਾਂ ਹੋ ਗਈਆਂ ਘਰਾਂ ਚ,
ਤੇ ਜ਼ਿੰਦੇ ਲੱਗ ਗਏ ਹਵਾਲਾਤਾਂ ਨੂੰ,
ਪੈਰ ਪਸਾਰਣ ਜੋਗੀ ਵੀ ਦਰੀ ਨਾਂ ਮਿਲੀ,
ਤੇ ਨਾ ਜੁੜਣ ਸ਼ਿਲੜ ਨਵਾਬਾਂ ਨੂੰ,
ਸੱਚ ਦੀ ਚਾਦਰ ਦੀ ਬੁੱਕਲ ਨਾ ਮਾਰੋ ਕੋਈ,
ਤੇ ਮੰਨਦੇ ਅੱਲਾ ਇਸ਼ਕ ਸੌਗਾਤਾਂ ਨੂੰ
ਕੀ ਤੇਰਾ ਤੇ ਕੀ ਮੇਰਾ ਇੱਥੇ,
ਸਭ ਕਿਸਮਤ ਦੇ ਨੇ ਖੇਲੁ ਕੁੜੇ,
ਕਈਆਂ ਨੂੰ ਮੈਂ ਲੱਗਦਾ looser,
ਪਰ ਕਈਆਂ ਲਈ ਆ ਦਲੇਰ ਕੁੜੇ,
ਕੀ ਮਾਣ ਕਰਨਾਂ ਫੋਕੀ ਸ਼ੌਹਰਤ ਦਾ,ਕੀ ਪਤਾ ਕਦੋਂ ਪਟਾਕਾ ਪੈ
ਜਾਣਾ,
ਭੁੱਲ ਕੇ ਵੀ ਨਾ ਦਿਖਾਈ ਦਿਲ ਕਿਸੇ ਦਾ ਸ਼ਿੰਦਰਾ,
ਉਦੋਂ ਰੋਣ ਗੇ ਝੂਠਾ ਆਵਦੇ ਤੇਰੇ,ਜਦ ਸੁਤੇ ਪਏ ਨੋਂ ਤੂੰ ਰਹਿ
ਜਾਣਾ,
ਸੁਤੇ ਪਏ ਨੋਂ ਤੂੰ ਰਹਿ ਜਾਣਾ...

ਜਿਸਕੋ ਜੋ ਕਰਨਾ ਕਰਨੇਂ ਦੋ।

ਅਰੇ ਉਹ ਖ਼ੁਦਾ,
ਕੋਈ ਹਮਰੇ ਸਾਥ ਸਾਜਿਸ਼ ਕਰੇ ਤੋ ਕਰਨੇ ਦੋ,
ਉਹ ਖ਼ੁਦਾ ,
ਕੋਈ ਹਮਾਰੇ ਸਾਥ ਸਾਜਿਸ਼ ਕਰੇ ਤੋ ਕਰਨੇ ਦੋ,
ਅਰੇ ਜਬ ਹਮੋਂ ਕਿਸੀ ਕਿ ਪ੍ਰਵਾ ਨਹੀਂ ਹੈ ਹਜ਼ੂਰ,
ਤੋ ਕੋਈ ਡੂਬਨਾ ਚਾਹੇ ਸਮੁੰਦਰ ਮੋਂ ਤੋ ਉਸੇ ਡੂਬਨੇ ਦੋ,
ਮੇਰਾ ਤੋ ਤੇਰੀ ਬਾਹੋਂ ਮੋਂ ਡੂਬ ਜਾਏ ਕੋ ਮੰਨ ਕਰਤਾ ਹੈ,
ਅਰੇ ਮੇਰਾ ਤੋ ਤੇਰੀ ਬਾਹੋਂ ਮੋਂ ਡੂਬ ਜਾਏ ਕੋ ਮੰਨ ਕਰਤਾ ਹੈ,
ਮੇਰੇ ਸਾਮੁਏ ਆ ਕਰ ਬੈਠੋ ਹਜ਼ੂਰ,
ਕਿਉਂਕਿ ਮੁਜੇ ਤੁਮੇ ਗੁਰਨੇ ਕਾ ਮੰਨ ਕਰਤਾ ਹੈ,
ਜਬ ਸੇ ਬਦਨਾਮ ਕੀਆ ਗ਼ੌਰੋਂ ਮੋਂ,
ਤੋ ਅੱਲਾ ਇਸ ਸ਼ਿੰਦਰ ਕੀ ਏਕ ਬਾਤ ਤੋ ਮਨਜ਼ੂਰ ਕਰਲੇ,
ਬੱਸ ਏਕ ਆਖ਼ਰੀ ਬਾਰ ਕਹਿਤਾ ਹੂੰ,
ਉਸਕੋ ਮੇਰੀ ਨਜ਼ਰੋਂ ਸੇ ਬੱਸ ਦੂਰ ਕਰਲੇ,
ਖ਼ੁਦਾ ਕਸਮ ਏਕ ਦਿਨ ਤੁਮ ਹਮਾਰੀ ਆਖੋਂ ਕੋ ਸਾਮੁਏ ਹੋਗੇ,
ਪਰ ਉਸ ਦਿਨ ਰੋਏਾਂ ਮੱਤ,
ਜਬ ਹੱਮ ਉਸ ਆਸਮਾਨ ਮੇ ਜੱਗਤੇ ਤਾਰੇ ਹੋਗੇ,
ਜੱਗਤੇ ਤਾਰੇ ਹੋਗੇ...

ਕੋਈ ਨੀਂ ਰਿਹਾ ਨਾਲ਼

ਤੇਰੇ ਦਿੱਤੇ ਦਰਦਾਂ ਦਾ ਵਕ਼ਤ ਮੈਂ ਆਵਦੀ ਲਿੱਖੀ ਕਿਤਾਬ ਚੋਂ ਕੱਢਦਾ
ਹਾਂ,

ਜੇੜ੍ਹੇ ਤੇਰੇ ਨਾਲ਼ ਬੀਤੇ ਸਮੇਂ ਨੂੰ ਅੱਜ ਕੱਲ ਆਵਦੇ ਖ਼ਵਾਬਾਂ ਨਾਲ਼
ਵੰਡਦਾ ਹਾਂ,

ਮੈਂ ਵੀ ਜਾਣਦਾ ਮੁੜਕੇ ਦੋਬਾਰਾ ਵਾਪਿਸ ਨੀਂ ਆਉਣਾ ਤੂੰ,

ਖ਼ੋਰੇ ਤਾਂ ਹੀ ਹਸੀਨ ਪਲਾਂ ਨੂੰ ਯਾਦ ਕਰ ਰੋਜ਼ ਅਰਮਾਨ ਦਿਲ ਦੇ
ਮਾਰਦਾ ਹਾਂ,

ਬਾਕੀ ਸਭ ਛੱਡਗੇ ਸਾਥ ਸ਼ਿੰਦਰ ਦਾ,

ਇੱਕ ਤੇਰੀ ਯਾਦ ਸਤਾਵੇਂ ਬੱਸ ਰਾਤਾਂ ਨੂੰ,

ਮੇਰੀ ਚੁੱਪ ਚੋਂ ਪੜ੍ਹ ਕੇ ਦੇਖਿਆ ਕਰ ਇਹ ਚੰਦਰੇ ਦਿਲ ਦੀਆਂ
ਸੌਗਾਤਾਂ ਨੂੰ,

ਸ਼ਾਹਿਦ ਤਾਂ ਹੀ ਜੀਣਾ ਸਿੱਖ ਲਿਆ,

ਤੇ ਲਾਵਾਂ ਬੈਠ ਜਖ਼ਮ ਤੇ ਮਲਮਾਂ ਨੂੰ,

ਅੱਜ ਕੱਲ ਲੋਕੀ ਅੰਦਾਜ਼ੇ ਗ਼ਲਤ ਲਾ ਜਾਂਦੇ,

ਖ਼ੋਰੇ ਤਾਂ ਹੀ ਬਹੁਤਾ ਮੋੜ ਪਾ ਲਿਆ ਆਵਦੀ ਤੂੰ ਕਲਮਾਂ ਨੂੰ,

ਆਵਦੀ ਕਲਮਾਂ ਨੂੰ ....

ਗ਼ੌਰ ਕਰੀਂ।

ਅਰੇ ਜ਼ਿੰਦਗੀ ਮੇਂ ਪੈਸਾ ਕਮਾਣਾ ਹੋ,
ਇਤਨਾਂ ਕਮਾਣਾ,
ਕੀ ਕਬਹਿ ਬੀ ਆਪਕੋ ਪਲੱਸ ਮਾਈਨਸ ਕਾ ਕਾਮ ਨਾਂ ਕਰਨਾਂ
ਪੜੇ,
ਔਰ ਜ਼ਿੰਦਗੀ ਮੇਂ ਯਾਰ ਬਨਾਣਾ ਹੋ,
ਤੋ ਐਸਾ ਬਨਾਣਾ,
ਕਿ ਕਬਹਿ ਬੀ ਬੁਰੇ ਵਕ਼ਤ ਪਰ ਮਦਦ ਕੇ ਲੀਏ ਇਜ਼ਹਾਰ ਨਾ
ਕਰਨਾਂ ਪੜੇ

ਬੀਤ ਗਈ ਜ਼ਿੰਦਗੀ ਹਮਾਰੀ

ਇੰਨ ਬੇਜ਼ੁਬਾਨ ਔਰ ਬੁਜ਼ਦਿਲੋਂ ਕੇ ਸ਼ਹਿਰ ਮੇਂ
ਜ਼ਿੰਦਗੀ ਬੀਤ ਗਈ ਖ਼ੁਦ ਕੋ ਢੂੰਢਤੇ- ਢੂੰਢਤੇ,
ਖ਼ੁਦ ਕੋ ਬੀ ਨਜ਼ਰ ਅੰਦਾਜ਼ ਕਰਨਾ ਸੀਖ਼ ਲਿਆ ਹਮਨੇ,
ਸਿਰਫ਼ ਤੁਮਕੋ ਗੁਰਤੇ-ਗੁਰਤੇ,
ਅਕੇਲੇ ਰਹਿਣਾਂ ਸੀਖ਼ ਲਿਆ ਹਮਨੇ ਬੀ ਆਜ ਸੇ,
ਜੱਬ ਸੇ ਛੋੜ ਕਰ ਹਮੇਂ ਗ਼ੈਰੋਂ ਕੇ ਸ਼ਹਿਰ ਮੇਂ ਬਸਨੇ ਲਗੋ ਹੋ,
ਸੱਚ-ਸੱਚ ਬਤਾਣਾ ਜਨਾਬ,
ਦਿਨ ਮੇ ਰੋਤੇ ਤੋ ਜ਼ਰੂਰ ਹੋਗੇ,
ਜਬ ਸੇ ਰਾਤ ਮੇ ਦੂਸਰੇ ਕੇ ਸਾਥ ਸੋਨੇਂ ਲਗੋ ਹੋ,
ਕਬਹਿ ਬੀ ਹਮਾਰੀ ਯਾਦ ਆਏ ਤੋ,
ਆਗ ਕੋ ਜ਼ਰੂਰ ਸੇਕ ਲੇਨਾਂ ਹਜ਼ੂਰ,
ਸ਼ਿੰਦਰ ਕੀ ਕਮੀਂ ਫ਼ਿਰ ਬੀ ਮਹਿਸੂਸ ਹੋਇ,
ਤੋ ਖ਼ੁਦ ਕੋ ਬੀ ਉਸੀ ਆਗ ਮੇ ਸਮੇਟ ਲੇਨਾਂ ਹਜ਼ੂਰ ,
ਉਸੀ ਆਗ ਮੇ ਸਮੇਟ ਲੇਨਾਂ ਹਜ਼ੂਰ...

ਸੰਬਲ ਕਰ ਚੱਲਣਾ।

ਅਰੇ ਹਮਾਰੇ ਖ਼ਿਆਲੋਂ ਮੇ ਬੱਸਨੇ ਵਾਲੋਂ,

ਅਬ ਤੁਮ ਸਮਜੋ ਗੇ ਬੀ ਕੈਸੇ,

ਕੇ ਹੱਮ ਆਪ ਕਿ ਆਂਖੋਂ ਕੀ ਰੋਸ਼ਨੀ ਬਣਨੇ ਕੇ ਲੀਏ ਕਿਤਨੇ ਬੇਚੈਨ

ਹੈਂ,

ਏਕ ਬਾਰ ਮੌਕਾ ਤੋ ਦਿਆ ਹੋਤਾ ਮੋਹੋਬਤ ਕਰਨੇ ਕਾ,

ਕਿਉਂਕਿ ਹਮ ਤੁਮਾਰੇ ਹੋਂਟੋਂ ਕੇ ਅੰਦਰ ਛੁੱਪੀ ਹੁਈ ਜੁਬਾਨ ਹੈਂ,

ਥੋੜ੍ਹਾ ਗੋਰ ਸੇ ਚੱਲਣਾ ਸੀਖ਼ ਲੋ ਜਨਾਬ,

ਕਿਉਂਕਿ ਜਹਾਂ ਹਰ ਏਕ ਮੋੜ ਪਰ ਸ਼ਤਾਨ ਹੈ,

ਹਰ ਏਕ ਮੋੜ ਪਰ ਸ਼ਤਾਨ ਹੈ,

ਨਿੱਕੀ ਉੱਮਰੇ...

ਉਮਰ ਛੋਟੀ ਸੀ ਤੇ ਖ਼ਵਾਬ ਵੱਡੇ ਸੀ,
ਖ਼ਵਾਬ ਪੂਰੇ ਹੋਣ ਲੱਗੇ ਤੇ ਉਮਰ ਨੇ ਜਵਾਬ ਦੇਣਾ ਸ਼ੁਰੂ ਕਰਤਾ,
ਸਾਡੀਆਂ ਹੀ ਕਰਕੇ ਬਦਨਾਮੀਆਂ ਸਾਡੀ ਪਿੱਠ ਪਿੱਛੇ,
ਸਾਨੂੰ ਸ਼ਰੇਆਮ ਖੁੱਲ ਕੇ ਜਵਾਬ ਦੇਣ ਜੋਗਾ ਕਰਤਾ,
ਉ ਲੋਕਾਂ ਨੇ ਮਨਾਈ ਦਿਵਾਲੀ ਬੜੇ ਚਾਵਾਂ ਨਾਲ,
ਆਪਣੇ ਵਹਿਮਾਂ ਦਾ ਦਵਾਲਾ ਕੱਢਕੇ,
ਜੋੜੇ ਕਰਦੇ ਗੱਲਾਂ ਨਾਲ ਖੜ੍ਹਣ ਦੀਆਂ,
ਅੱਜ ਮਾੜੇ ਟਾਈਮ ਦੇਖੇ ਸਭ ਤੋਂ ਪਹਿਲਾਂ ਉਹੀ ਸਾਥ ਛੱਡਦੇ,
ਬੋਹਤੇ ਲੋਕਾਂ ਦੀ ਨਾ ਮੈਂ ਗੱਲ ਕਰਾਂ,
ਇਕੋ ਬੰਦਾ ਹੀਰਾ ਜੀਦੇ ਵਿੱਚ ਵੱਸਦੀ ਜੱਟ ਦੀ ਜਾਣ ਏ,
ਹੋਰ ਨੀ ਕੋਈ ਇੱਕ ਹੀ ਆ ਜੋ ਪੱਟੀ ਦਾ ਮਾਨ ਏ,
ਜੋ ਪੱਟੀ ਦਾ ਮਾਨ ਏ...

ਆਈ ਜ਼ਰੂਰ ਚੰਗਾ...

ਮੇਰੇ ਮਰੇ ਤੇ ਮੇਰੇ ਸਿਵੇ ਨੂੰ ਲੱਗਦੀ ਹੋਈ ਅੱਗ ਤੇ ਜ਼ਰੂਰ ਆਈ,

ਬੱਸ ਇਨ੍ਹਾਂ ਕੁ ਖ਼ਿਆਲ ਰੱਖੀਂ ਆਕੇ ਰੰਗ ਵਿੱਚ ਭੰਗ ਨਾਂ ਪਾਈ,

ਮੇਰੇ ਜਿਸਮ ਨੂੰ ਲੱਗਦੀ ਅੱਗ ਦੇਖ ਤੇਰਾ ਵੀ ਸੀਨਾਂ ਸੜਦਾ ਹਊ,

ਪਰ ਸੱਚ ਪੁੱਛੇ ਤੇ ਆਹ ਅੱਖਾਂ ਚੋਂ ਫੋਕਾ ਨੀਰ ਨਾਂ ਵਹਾਈ,

ਕਿੰਨ੍ਹਾ ਚੰਗਾ ਸੀ ਜਦੋਂ ਕੋਲ ਹੁੰਦਾ ਸੀ,

ਬੱਸ ਇਹ ਕਹਿ-ਕਹਿ ਸਾਰੇ ਜੱਗ ਸਾਮੁਣੇ,

ਆਵਦਾ ਹੱਕ ਨਾਂ ਜਤਾਈ,

ਮੈਂ ਤੈਨੂੰ ਚੁਣਿਆਂ ਤੇ ਕਿਸੇ ਹੋਰ ਨ੆ਂ ਤੈਨੂੰ,

ਜਿਸ ਕਰਕੇ ਅੱਜ ਮੌਤ ਨ੆ਂ ਚੁਣਿਆਂ ਮੈਨੂੰ,

ਅੱਜ ਕੱਲ ਦੇ ਦੌਰ ਵਿੱਚ ਲੋਕਾਂ ਨੇ ਪਿਆਰ ਛੱਡ ਚੁਣਿਆਂ ਧੋਖ਼ਾ,

ਦੱਸ ਕਿੱਥੇ ਗਿਆ ਉਹ ਸੁਪਨਾਂ ਜੋ ਕੱਠੇ ਬੈਠ,

ਚੰਨ ਤਾਰਿਆਂ ਦੇ ਥੱਲੇ ਸੀ ਆਪਾਂ ਬੁਣੀਆਂ,

ਅੱਜ ਮੁੜ ਚਲਾਂ ਹਾਂ ਵਾਪਿਸ ਜਿਥੋਂ ਪਹਿਲਾਂ ਆਇਆ ਹਾਂ,

ਮੈਨੂੰ ਤਾਂ ਖ਼ੁਦ ਨੂੰ ਸਮਝ ਨਾਂ ਆਵੇ ਮੈਂ ਇਹ ਸਭ ਕਿਵੇਂ ਲਿੱਖ

ਪਾਇਆ ਹਾਂ,

ਮੌਤ ਨੂੰ ਕੀਤਾ ਬਦਨਾਮ ਲੋਕਾਂ ਨ੆ਂ,

ਇਸ ਤੋਂ ਸੋਹਣੀ ਚੀਜ਼ ਨਾ ਕੋਈ,

ਅੱਜ ਹੱਸਦਾ ਸਾਰਾ ਜੱਗ ਮੇਰੇ ਤੇ,

ਤੇ ਮੈਂ ਰੋਵਾਂ ਸਾਰੀ ਰਾਤ ਜਾਗ,

ਸ਼ਿੰਦਰ ਲਿਖਦਾ-ਲਿਖਦਾ ਖ਼ੋਰੇ ਭੁੱਲ ਜੂ ਖੁਦ ਦਾ ਵਜ਼ੂਦ ਵੀ,

ਪਰ ਭੁੱਲ ਨਾਂ ਪਾਉ ਤੇਰੇ ਦਿੱਤੇ ਥੋਖੇ ਦੇ ਦਾਗ,

ਤੇਰੇ ਦਿੱਤੇ ਥੋਖੇ ਦੇ ਦਾਗ...

ਸੱਚੀਆਂ ਗੱਲਾਂ...

ਕਿਉਂ ਕਰਦਾ ਮਾਣ ਜਵਾਨੀ ਦਾ,
ਬੁੜਾਪੇ ਵਿੱਚ ਪਛਤਾਏਗਾ,
ਕਿਸੇ ਨੂੰ Judge ਕਰਨਾ ਛੱਡ ਦੇ ਸ਼ਿੰਦਰਾ,
ਮਰਨ ਪਿੱਛੋਂ ਤੂੰ ਵੀ ਸੀਵੇਆਂ ਨੂੰ ਹੀ ਜਾਏਗਾ,
ਸੀਵੇਆਂ ਨੂੰ ਹੀ ਜਾਏਗਾ..

ਦਿਨ ਵਿੱਚ ਕੀਤਾ ਕੰਮ ਹਮੇਸ਼ਾ,
ਤੇ ਰਾਤਾਂ ਨੂੰ ਚੱਲਦੀ ਮੇਰੀ ਕਲਮ ਏ,
ਕੋਈ ਕਰੂ ਯਾਦ ਤੈਨੂੰ ਮਰਨ ਪਿੱਛੋਂ,
ਭੁੱਲਜਾ ਸ਼ਿੰਦਰਾ ਇਹ ਤੇਰਾ ਭਰਮ ਏ,
ਇਹ ਤੇਰਾ ਭਰਮ ਏ..

ਰਾਤਾਂ ਕਾਲੀਆਂ ਜਾਗ ਲੱਗਿਆ ਪਤਾ,
ਕੇ ਕੌਣ ਵਿਕਿਆ ਦਿਨ ਦੁਹਾੜੇ,
ਕਿਤਾਬਾਂ ਛੱਡ ਜ਼ਿੰਦਗੀ ਨੂੰ ਪੜ੍ਹਿਆ ਸ਼ਿੰਦਰ ਨੇ,
ਕਿਉਂ ਕੇ ਯਾਦ ਕਰੀ ਛੱਡਣ ਲੱਗਿਆ ਕਿੰਨੇ ਕੱਚੇ ਸੀ ਤੇਰੇ ਹਾੜੇ,
ਕਿੰਨੇ ਕੱਚੇ ਸੀ ਤੇਰੇ ਹਾੜੇ...

ਭੋਗ ਪਏ ਤੋਂ ਬਾਅਦ ਨਾਂ ਪੁੱਛੇ ਕੋਈ,
ਬੇਸ਼ੱਕ ਅੱਜ ਰੋ-ਰੋ ਜਤਾਂਦੇ ਹੱਕ ਨੇ,
ਅੱਜ ਤਾਅਨੇ ਦੇਣ ਵਾਲਾ ਵੀ ਕਹਿ ਦਿੰਦਾ ਜਾਂਦੇ-ਜਾਂਦੇ,
ਕਿ ਕਰ ਸਕਦੇ ਇੱਥੇ ਸਭ ਮਾਲਕ ਦੇ ਰੰਗ ਨੇ,
ਸਭ ਮਾਲਕ ਦੇ ਰੰਗ ਨੇ...

ਬੋਹਤਾ ਸੋਚਣਾਂ ਛੱਡ ਕੇ ਸ਼ਿੰਦਰਾ,
ਜ਼ਿੰਦਗੀ ਨੂੰ Track ਤੇ ਲਿਉਣਾਂ ਸਿੱਖ ਲੈ,
ਛੱਡਕੇ ਦੁਨੀਆਂ ਦੇ ਝਮੇਲਿਆਂ ਨੂੰ,
ਆਪਣੇ ਤੇ ਗੌਣਾਂ ਸਿੱਖ ਲੈ,
ਆਪਣੇ ਤੇ ਗੌਣਾਂ ਸਿੱਖ ਲੈ...

ਜੇ ਤੂੰ ਨਹੀਂ ਤਾਂ ਮੌਤ ਸਹੀਂ,
ਮੈਨੂੰ ਉਹ ਵੀ ਚੰਗੀ ਲੱਗਦੀ ਏ,
ਤੂੰ ਵੀ ਦੇਖੀਂ ਜਦੋਂ ਆਉ ਮੈਨੂੰ ਵਿਆਉਣ ਉਹੋ,
ਕੇ ਕਿੰਨਾ ਮੇਰੇ ਤੇ ਫੱਬਦੀ ਏ,
ਕਿੰਨਾ ਮੇਰੇ ਤੇ ਫੱਬਦੀ ਏ...

ਆਪ ਟੁੱਟਦੇ-ਟੁੱਟਦੇ ਕਿੰਨਿਆਂ ਨੂੰ ਮੈਂ ਇੱਕ ਦੂਜੇ ਨਾਲ ਜੋੜ ਤਾ,
ਅੱਜ ਪਸ਼ਤਾਵੇ ਆਵਦੀ ਕਿਸਮਤ ਤੇ,
ਕੇ ਮੇਰੀ ਇੱਕ ਚੁੱਪ ਨੇਂ,
ਕਿੰਨਿਆਂ ਦੇ ਘਰ ਨੂੰ ਤੋੜਤਾ,
ਕਿੰਨਿਆਂ ਦੇ ਘਰ ਨੂੰ ਤੋੜਤਾ...

ਛੱਡ ਮਨਾਂ ...

ਛੱਡ ਸ਼ਿੰਦਰਾ ਇਹ ਜ਼ਿੰਦਗੀ ਨੂੰ,
ਕਿਉਂਕਿ ਮੇਰਾ ਦੱਮ ਘੁੱਟਦਾ ਮੇਰੇ ਖ਼ੁਦ ਦੇ ਸਾਹਾਂ ਚ,
ਪਰ ਮਰਦੇ ਦੱਮ ਤੱਕ ਤੱਤੀ ਵਾਹ ਨਾਂ ਲੱਗੂ ਮੈਨੂੰ,
ਕਿਉਂਕਿ ਮੇਰਾ ਰੱਬ ਵੱਸਦਾ ਮੇਰੀ ਮਾਂ ਦੀਆਂ ਬਾਹਾਂ ਚ..
ਮੇਰਾ ਰੱਬ ਵੱਸਦਾ ਮੇਰੀ ਮਾਂ ਦੀਆਂ ਬਾਹਾਂ ਚ..

ਕੀ ਕੀਤਾ ਸੀ ਸ਼ਿੰਦਰਾ?

ਪਾਣੀ ਪਾਣੀ ਕਰਦੇ ਕਰਦੇ ਖ਼ੁਦ ਨੂੰ ਪਾਣੀਆਂ ਤਰ੍ਹਾਂ ਵਹਿਣ ਲਾ
ਤਾ,

ਕੀ ਕਰਕੇ ਆਇਆ ਸੀ ਸ਼ਿੰਦਰਾ ਜਨਮ ਪਿੱਛਲੇ ਚ,

ਜੋ ਦੁੱਖਾਂ ਦੀ ਭਰੀ ਬੰਨ ਸਿਰ ਤੇ ਜ਼ਿੰਦਗੀ ਨੂੰ ਤੂੰ ਤੁਰਨ ਲਾ ਤਾ,

ਮੌਤ ਮੌਤ ਤੂੰ ਕਰਦਾ ਰਹਿਣਾਂ ਕਦੇ ਜੀਣ ਦੀ ਗੱਲ ਵੀ ਕਰਿਆ
ਕਰ,

ਸ਼ਿੰਦਰਾ ਜ਼ਿੰਦਗੀ 4 ਦਿਨਾਂ ਦੀ ਤੂੰ ਬੋਹਤਾ ਮਾਣ ਨਾਂ ਕਰਿਆ
ਕਰ,

ਬੋਹਤਾ ਮਾਣ ਨਾਂ ਕਰਿਆ ਕਰ....

ਮੇਰੇ ਦਿਲ ਦੇ ਪੰਨੇ ਤੇ.

ਮੇਰੇ ਦਿਲ ਦੇ ਮਹਿਲ ਦੀ ਬਣ ਰਾਣੀ ਕੁੜੇ,
ਜਾ ਖ਼ਵਾਬ ਬਣਕੇ ਕੋਈ ਆਇਆ ਕਰ,
ਮੈਨੂੰ ਨਸ਼ਾ ਹੁੰਦਾ ਤੇਰੀਆਂ ਅੱਖਾਂ ਚੋਂ,
ਕੋਈ ਸ਼ਰਾਬ ਬਣਕੇ ਪਿਲਾਇਆ ਕਰ,
ਮੌਤ ਨੂੰ ਹਰਾ ਕੇ ਜ਼ਿੰਦਗੀ ਦੀ ਬਾਜ਼ੀ ਨੂੰ ਜਿਤਿਆ ਕੱਲਿਆਂ ਨੇਂ,
ਮੈਂ ਕੱਖ ਤੋਂ ਲੱਖ ਦਾ ਹੋਗਿਆ ਉਦਣ ਦਾ,
ਜੱਦ ਦਾ ਤੇਰਾ ਨਾਮ ਰੱਚਿਆ ਤੇਰਾ ਮੇਰੇ ਦਿਲ ਦੇ ਪੰਨਿਆਂ ਤੇ,
ਇਹ ਇਸ਼ਕ ਸੌਗਾਤਾਂ ਛੱਡਣ ਨਾ ਮੇਰੇ ਜਜ਼ਬਾਤਾਂ ਨੂੰ,
ਰੱਜ ਕੇ ਹੱਸੀ ਤੇ ਹੋਣੀ ਐ ਮੇਰੀ ਦੇਖ ਗ਼ਰੀਬੀ ਦੇ ਹਲਾਤਾਂ ਨੂੰ,
ਰਾਤਾਂ ਦੀ ਪੈੜ ਦੱਬਣ ਵਾਲਾ,
ਅੱਜ ਦੇਖ ਲੱਬਦਾ ਫਿਰੇ ਤੈਨੂੰ ਪਰਬਾਤਾਂ ਨੂੰ,
ਸ਼ਿੰਦਰਾਂ ਪਿਆਰਾ ਦੇ ਰੋਗ ਅਵੱਲੇ,
ਖ਼ੋਰੇ ਤਾਂਹੀ ਦਿਲ ਤਰਸੇ ਮੁਲਾਕਾਤਾਂ ਨੂੰ,
ਖ਼ੋਰੇ ਤਾਂਹੀ ਦਿਲ ਤਰਸੇ ਮੁਲਾਕਾਤਾਂ ਨੂੰ....

ਪੈਸਾ ...

ਦੌਲਤ ਕਮਾਉਣੀ ਹੋ ਗਈ ਸੋਖੀ,
ਪਰ ਵਿਸ਼ਵਾਸ ਨੂੰ ਜਿੱਤ ਪੈਣਾ ਅੱਜ ਕੱਲ ਸੈਖਾ ਨੀ,
ਲੇਖਾਂ ਨਾਲ ਖਹਿਬੜਣਾਂ ਸਿੱਖ ਲੈ ਸ਼ਿੰਦਰਾ,
ਇੱਥੇ ਆਪਣਿਆਂ ਦਾ ਵੀ ਕੋਈ ਭਰੋਸਾ ਨੀ,
ਗੱਲ ਤੇ ਬੋਹਤੀ ਡੂੰਗੀ ਨੀ ਪਰ ਮੈਂ ਲੇਖਾਂ ਨੂੰ ਹੀ ਰੱਬ ਮਿੱਥ ਲਿਆ,
ਕਿਉਂਕਿ ਪਾਣੀ ਵਰਗੀ ਹੋ ਗਈ ਜ਼ਿੰਦਗੀ,
ਤੇ ਮੈਂ ਨਾਲ ਹਲਾਤਾਂ ਵਹਿਣਾ ਸਿੱਖ ਗਿਆ,
ਮਿਲੀਆਂ ਠੇਕਰਾਂ ਸਕਿਆਂ ਤੋਂ,
ਤੇ ਸ਼ਿੰਦਰ ਕੱਲਿਆਂ ਰਹਿਣਾ ਸਿੱਖ ਗਿਆ ,
ਤੇ ਸ਼ਿੰਦਰ ਕੱਲਿਆਂ ਰਹਿਣਾ ਸਿੱਖ ਗਿਆ..

ਵੱਗਦੇ ਦਰਿਆ ਲੱਗੇ ਚੰਗਾ,
ਖੜ੍ਹਿਆ ਦੇ ਕੋਈ ਕੋਲ ਨੀ ਖੜਦਾ,
ਜਿਉਂਦੇ ਜੀ ਤੇ ਧਿੱਚ ਦੇ ਲੱਤਾਂ,
ਤੇ ਮਰਿਆਂ ਤੇ ਅੱਜ ਕੱਲ ਹਰ ਕੋਈ ਮਰਦਾ,
ਜ਼ਿੰਦਗੀ ਦੀਆਂ ਪੈੜਾਂ ਲੰਬੀਆਂ ਨੇ,
ਮੈਂ ੨੨ ਸਾਲਾਂ ਚ ਹੀ ਦੇਖ ਲਿਆ,
ਪਾਣੀ ਵਰਗੀ ਹੋ ਗਈ ਜ਼ਿੰਦਗੀ ,
ਤੇ ਮੈਂ ਨਾਲ ਹਲਾਤਾਂ ਵਹਿਣਾ ਸਿੱਖ ਲਿਆ..

ਬੰਦਿਆਂ ਨੂੰ ਨਾਂ ਮਿਲੇ ਬਸੇਰਾ,
ਤੇ ਕੁਤਿਆਂ ਲਈ ਚਾਰ ਦੀਵਾਰੀ ਏ,
ਇੱਥੇ ਭੁੱਖਿਆਂ ਨੂੰ ਦੇਖ ਭੁੱਖੀ ਬਣਗੀ ਦੁਨੀਆਂ,
ਰੱਬਾ ਇਹ ਕਿਸ ਤਰਾਂ ਦੀ ਲਾਇਲਾਜ਼ ਬਿਮਾਰੀ ਏ,
ਸ਼ਿੰਦਰਾ Move On ਕਰਨਾ ਸਿੱਖ ਲੈ,
ਇੱਥੇ ਆਪਣੇ ਕਹਿੰਦੇ ਇਹਦਾ ਤੇ ਮਾਨਸਿਕ ਸੰਤੁਲਿਤ ਹੀ ਹਿੱਲ
ਗਿਆ,
ਪਾਣੀ ਵਰਗੀ ਹੋ ਗਈ ਜ਼ਿੰਦਗੀ,
ਤੇ ਅਸੀਂ ਨਾਲ਼ ਹਲਾਤਾਂ ਵਹਿਣਾ ਸਿੱਖ ਲਿਆ...

ਇਹ ਕੁਲੀਆਂ ਵਿੱਚ ਮੇਰਾ ਦੱਮ ਘੁੱਟ ਦਾ,
ਮੈਨੂੰ ਪਰਿੰਦਾ ਬਣ ਅਸਮਾਨ ਵਿੱਚ ਉੱਡਣ ਦਿਓ,
ਖਾਂਬ ਖਿਲਾਰ ਮੈ ਨਾਲ ਹਵਾ ਦੇ ਘੁਲਣਾ ਚੋਣਾਂ,
ਤੇ ਮੇਰੇ ਸੜਦੇ ਸੀਨੇਂ ਨੂੰ ਠਰਣ ਦਿਓ,
ਕਹਿੰਦੇ ਜ਼ਿੰਦਗੀ ਚਾਰ ਦਿਨਾਂ ਦੀ,
ਤੇ ਮੈ ਜ਼ਿੰਦਗੀ ਨੂੰ ੩ ਦਿਨਾਂ ਵਿੱਚ ਹੀ ਜਿੱਤ ਲਿਆ,
ਪਾਣੀ ਵਰਗੀ ਹੋ ਗਈ ਜ਼ਿੰਦਗੀ,
ਤੇ ਸ਼ਿੰਦਰ ਨੇਂ ਨਾਲ਼ ਹਲਾਤਾਂ ਵਹਿਣਾ ਸਿੱਖ ਲਿਆ,
ਨਾਲ਼ ਹਲਾਤਾਂ ਵਹਿਣਾ ਸਿੱਖ ਲਿਆ....

ਹੱਸ ਖੇਡ ਦਿਲਾ...

ਹੱਸ ਖੇਡ ਮੌਜ ਮਾਣ ਲੈ ਜ਼ਿੰਦਰੜੀਏ,
ਕੀ ਰੱਖਿਆ ਲੈ ਟੈਨਸ਼ਨ ਆ ਚ,
ਇੱਥੇ ਕੱਲਾ ਤੂੰ ਹੀ ਨੀ ਦਿਲਾ,
ਬੜੇ ਹੋਰ ਵੀ ਨੇਂ,
ਜੋ ਛੱਡ ਮਾਂ ਨੂੰ ਜੰਨਤ ਲੱਬਦੇ ਫ਼ਿਰਦੇ ਗ਼ੈਰਾਂ ਦੇ ਪੈਰਾਂ ਚ,

ਯਕੀਨ?

ਚੜ੍ਹਦੀ ਜਵਾਨੀ ਦੇ ਅਵੱਲੇ ਰੋਗ ਸੱਜਣਾਂ,
ਬਹੁਤਾ ਨਾ ਕਰੀਂ ਯਕੀਨ ਇਸ ਚੰਦਰੇ ਦਿਲ ਤੇ,
ਕਿਉਂਕਿ ਦਿਲ ਦੀਆਂ ਗੱਲਾਂ ਦਿੰਦੀਆਂ ਮਿੱਟੀ ਵਿੱਚ ਰੋਲ ਸੱਜਣਾਂ,
ਬਹੁਤਾ ਨੀ ਮੁਸਕਰਾਇਦਾ ਦਿਲਾ,
ਕਿਉਂਕਿ ਮੇਰੀ ਜਾਣ ਜੀ ਕੱਢ ਲੈ ਜਾਂਦਾ ਤੇਰੇ ਬੁਲ੍ਹਾਂ ਦੇ ਥੱਲੇ ਤਿਲ
ਜੇੜਾ ਗੋਲ ਸੱਜਣਾਂ,
ਗੱਲ ਸੁਣ ਗੌਰ ਨਾ,
ਜੇ ਰਹਿਣਾ ਤੇ ਮੇਰਾ ਹੋ ਕੇ ਰਹੀਂ,
ਐਵੀਂ ਦੇਖ ਕਰੀਂ ਨਾਂ ਗੱਲਾਂ ਗੋਲ ਮੋਲ ਸੱਜਣਾਂ,
ਕੀ ਚੰਨ ਤੇ ਕੀ ਤਾਰਾ,
ਤੂੰ ਤੇ ਮੇਰਾ ਏ ਬੱਸ ਮੇਰਾ ਏ ਯਾਰਾ,
ਇਹ ਸਭ ਕਿਸਮਤ ਦੀਆਂ ਲੀਕਾਂ ਨੂੰ ਤੂੰ ਦਿਲ ਨਾਲ ਤੇ ਜੋੜ
ਸੱਜਣਾਂ,
ਜੰਦ ਭਰ ਜੇ ਮੰਨ ਦੂਜੇ ਤੋਂ ਕੇਰਾਂ ਦਿਲ ਚੋਂ ਲੋਣ ਸੱਜਣਾਂ,
ਦੇਖੀ ਚੱਲੀ ਤੇਰੇ ਮਰੇ ਤੇ ਵੀ ਬਣੂ ਪੂਰਾ ਮਹੈਲ ਸੱਜਣਾਂ,
ਮਰੇ ਤੇ ਵੀ ਬਣੂ ਪੂਰਾ ਮਹੈਲ ਸੱਜਣਾਂ

ਕੀ ਮਿਲਿਆ?

ਬੇਇੰਤਹਾ ਚੀਜ਼ ਪਾਏ ਚਲੇ ਥੇ ਹਮ,
ਔਰ ਖ਼ੁਦ ਕੋ ਹੀ ਦਫ਼ਨਾ ਕਰ ਵਾਪਿਸ ਚਲੇ ਆਏ,
ਅਰੇ ਇਤਨਾ ਖ਼ਿਆਲ ਕਬਹਿ ਖ਼ੁਦ ਕਾ ਕੀਆ ਹੋਤਾ,
ਤੋਂ ਲੋੜ ਨਾ ਪੜ੍ਹਤੀ ਕਿ ਹਰ ਵਕ਼ਤ ਤੁਮਾਰੇ ਲੀਏ ਹੀ ਮਰਤੇ ਜਾਏ,
ਇਹ ਖ਼ੁਦਾ ਅਪਣੋਂ ਨੋਂ ਤੋ ਪੀਠ ਪਰ ਵਾਰ ਕੀਆ ਹੈ,
ਕੋਈ ਕਾਰਵਾਈ ਤੋ ਕਰਨੀ ਪੜੇਗੀ,
ਅਗਰ ਹਮਾਰੀ ਰਤਾ ਸੀ ਬੀ ਫ਼ਿਕਰ ਹੋ ਤੁਮਕੋ,
ਤੋ ਐ ਖ਼ੁਦਾ ਤੁਹਜੇ ਤੇਰੀ ਕਸਮ,
ਉਨਕੋ ਬਰਪਾਈ ਤੋ ਜ਼ਰੂਰ ਬਰਨਿ ਪੜੇਗੀ,
ਅਗਰ ਆਗਾ ਸਮੇਟ ਲੇ ਤੋ ਮੁਜੇ ਅੱਛਾ ਲਗੋਂਗਾ,
ਬਿਜਾਏ ਤੁਮਾਰੀ ਬਾਹੋਂ ਮੇ ਰਹਿਣੇ ਕੀ,
ਜਬ ਹਮ ਤੋ ਅਪਣੇ ਆਪ ਕੋ Track ਪਰ ਲੈ ਆਏ,
ਤੋ ਤੁਮੇਂ ਕਿਆ ਤਕਲੀਫ਼ ਥੀ ਫ਼ਿਰ,
ਸ਼ਿੰਦਰ ਕੇ ਬਿਨਾਂ ਬੇਬੱਸ ਰਹਿਣੇ ਕੀ,
ਸ਼ਿੰਦਰ ਕੇ ਬਿਨਾਂ ਬੇਬੱਸ ਰਹਿਣੇ ਕੀ...

ਜ਼ੁਬਾਨ ਤੇ ਕਲਮ ਸਾਫ਼ ਹੋਵੇ ਤੇ ਦੁਨੀਆਂ ਸਲਾਮਾਂ ਕਰਦੀ ਐ,
ਤੇ ਦੂਜੇ ਨੂੰ ਤੀਜੇ ਸਾਮੁਣੇ ਗ਼ਲਤ ਠਰੌਣ ਲਈ ਬਹੁਤ ਸੋਹਣਾਂ ਡਰਾਮਾ
ਕਰਦੀ ਐ,
ਕਿਸੇ ਨੂੰ ਠੇਸ ਨਾ ਦੇਵੀਂ ਸ਼ਿੰਦਰਾ,
ਕਿਉਂਕਿ ਤੇਰੀ ਕੀਤੀਆਂ ਗ਼ਲਤੀਆਂ ਦੀ ਇਹ ਜ਼ਿੰਦਗੀ ਸਾਰੀ
ਉੱਮਰ ਦੁੱਖਾਂ ਦਾ ਜ਼ੁਰਮਾਨਾ ਕਰਦੀ ਐ,
ਸਾਰੀ ਉੱਮਰ ਦੁੱਖਾਂ ਦਾ ਜ਼ੁਰਮਾਨਾ ਕਰਦੀ ਐ...

ਕੀ ਮਜ਼ਬੂਰੀ ਸੀ?

ਸਭ ਕੁੱਛ ਖ਼ਤਮ ਹੋ ਚੁੱਕਾ ਹੈ ਐ ਖ਼ੁਦਾ,

ਜਿਨਕੋ ਖੋ ਜਾਣੇ ਕਾ ਡਰ ਲੱਗ ਤਾ ਥਾ,

ਆਜ ਕਬਹਿ ਉਨਕੀ ਯਾਦ ਤੱਕ ਨਹੀਂ ਆਈ,

ਅਰੇ ਐਸੀ ਬੀ ਕਿਆ ਮਜ਼ਬੂਰੀ ਥੀ,

ਜੋ ਹਮਾਰੇ ਲੀਏ ਉਸਕੇ ਮੂੰਹ ਸੇ ਏਕ ਫ਼ਰਿਆਦ ਤੱਕ ਨਾ ਆਈ,

ਹਮ ਤੋ ਹਮਾਰੀ ਜ਼ਿੰਦਗੀ ਮੇ ਅੱਲ੍ਹਾ ਕਸਮ ਬੋਹਤ ਖ਼ੁਸ਼ ਮਿਜਾਸ ਥੇ,

ਬੱਸ ਅਪਨੋਂ ਸੇ ਮਿਲੇ ਧੋਖੇ ਸੇ,

ਇਸ ਚਹਿਰੇ ਸੇ ਖ਼ੁਸ਼ੀਆਂ ਪਰਿੰਦੋ ਕਿ ਤਰਾਂ ਇਸ ਖੁਲੇ ਆਸਮਾਨ ਮੇ

ਉੜ ਗਈ,

ਅਬ ਕਿਸੀ ਕੀ ਪ੍ਰਵਾ ਨਹੀਂ ਰਹੀ ਹਜ਼ੂਰ,

ਕਿਉਂਕਿ ਹਮਾਰੀ ਬੇੜੀ ਤੋ ਬਿਨ੍ਹਾਂ ਪਾਣੀ ਕੇ ਸਮੁੰਦਰ ਮੇਂ ਰੁੜ ਗਈ,

ਕਸਮ ਏ ਖ਼ੁਦਾ ਸਭ ਕਾ ਹਿਸਾਬ ਖੁਲ੍ਹੇ ਦਿਲ ਸੇ ਕਰੂੰ ਗਾ,

ਔਰ ਜਬ ਤੱਕ ਧੋਖੇ ਮਿਲਤੇ ਰਹੇਗੇ ਤਬ ਤੱਕ ਮੈਂ ਅਪਨੀ ਦਿਲ ਕੀ

ਡਾਇਰੀ ਪਰ ਖੂਨ ਕੀ ਸ਼ਾਹੀ ਕੇ ਸਾਥ ਲਿੱਖ ਤਾ ਰਹੂ ਗਾ,

ਸੱਚ ਜਾਣੀ ਮੇਰਾ ਅਸਲ ਕਿਤਾ ਤੇ ਤੂੰ ਸੀ,

ਪਰ ਤੂੰ ਦੁੱਖਾਂ ਤੇ ਲਿੱਖਣ ਤਾ ਏ,

ਬੱਸ ਤੇਰੀਆਂ ਆਹੀ ਗੱਲਾਂ ਨੇ ਇਸ ਸ਼ਿੰਦਰ ਦੇ ਅੱਖਰਾਂ ਨੂੰ ਵਿੱਕਣ

ਤੱਕ ਲਾ ਤਾ ਏ,

ਅੱਖਰਾਂ ਨੂੰ ਵਿੱਕਣ ਤੱਕ ਲਾ ਤਾ ਏ..

ਲਿੱਖਣ ਲਾ ਤਾ...

ਚੰਗਾ ਭਲਾ ਤੁਰਦਾ ਸੀ,
ਦੁਨੀਆਂ ਦੇ ਰੰਗਾਂ ਨੇੰ ਰਿਝਣ ਲਾ ਤਾ,
ਤੇਰੇ ਬੁਲ੍ਹਾਂ ਦੀ ਮੁਸਕਾਨ ਦੇਖ,
ਪਝੂਨ ਵਾਲਾ,
ਦੇਖ ਤੇਰੇ ਦਿੱਤੇ ਦੁੱਖਾਂ ਨੇ ਲਿੱਖਣ ਲਾ ਤਾ,
ਅੱਜ ਦੇਖ ਮੇਰਾ ਦਿਲ ਚੀਰ ਕੇ ਦੇਖ ਮਿੱਤਰਾ,
ਜੇੜ੍ਹਾ ਕਦੇ ਸੋਨੇ ਦੇ ਭਾਅ ਸੂਣ ਹੱਸਦਾ ਸੀ,
ਅੱਜ ਖੁੱਦ ਨੂੰ ਕੱਖਾਂ ਦੇ ਭਾਅ ਭਰੇ ਬਜ਼ਾਰ ਵਿਕਣ ਲਾ ਤਾ,
ਯਾਰੀ ਚ ਗਰਦਾਰੀ ਕਰਦੇ ਤਾਂ ਸੁਣਿਆਂ ਸੀ,
ਅੱਜ ਬੀਤਿਆ ਖੁੱਦ ਤੇ,
ਤੇ ਦੁੱਖਾਂ ਭਰੀ ਕਲਮ ਨਾਲ਼ ਮੈਨੂੰ ਲਿੱਖਣ ਲਾ ਤਾ,
ਜਿੰਦਣ ਅੱਲਵਿਦਾ ਦਾ ਨਾਮ ਆਇਆ ਸੀ ਬੁਲ੍ਹਾਂ ਤੇਰਿਆਂ ਤੇ,
ਉਦਣ ਦਾ ਹਾਸਾ ਉੱਡ ਗਿਆ ਸੀ ਬੁਲ੍ਹ ਮੇਰਿਆਂ ਤੇ,
ਕਦੇ ਹੋਣ ਨਾ ਮੇਲ ਆਪਣੈ,
ਤੂੰ ਸੁੱਖਾਂ ਸੁਖੀਆਂ ਸੀ ਉਸ ਰੱਬ ਕੋਲ,
ਪਰ ਮਨਜ਼ੂਰ ਨੀ ਸੀ ਉਸ ਰੱਬ ਨੂੰ ਵੀ,
ਜਿਸ ਕਰਕੇ ਉਹਨੇ ਦੋਬਾਰਾ ਆਪਾਂ ਨੂੰ ਮਿਲਣ ਲਾ ਤਾ,
ਖ਼ੋਰੇ ਤਾਂ ਹੀ ਮੈਨੂੰ ਮੇਰੇ ਦੁੱਖਾਂ ਨੇ ਅੱਜ ਲਿੱਖਣ ਲਾ ਤਾ,
ਮੈਨੂੰ ਅੱਜ ਲਿੱਖਣ ਲਾ ਤਾ...

ਜੋ ਅੱਖਾਂ ਸਾਮ੍ਹਣੇ ਹੋਈ ਬੀਤੀ....

ਬਿਨ ਪੱਤਿਆਂ ਦੇ ਕਾਦਾ ਰੁੱਖ ਸੱਜਣਾਂ,
ਜੇ ਗਰਮੀ ਨੂੰ ਠੰਡੀ ਛਾਂ ਨਾਂ ਮਿਲੀ,
ਐਸੇ ਦੋਗਲੇ ਬੰਦੇ ਨੂੰ ਵੀ ਕੀ ਕਰਨਾ,
ਜੇ ਦੁੱਖਾਂ ਵਿੱਚ ਉਹਨੇ ਬਾਂਹ ਨਾਂ ਫੜੀ..

ਕੀ ਕਰਨਾ ਇਦਾਂ ਦੇ ਪੁੱਤਾਂ ਨੂੰ,
ਜੋ ਦਾਰੂ ਨੂੰ ਆਪਣਾ ਸਭ ਮੰਨ ਬੈਠੇ ਨੇਂ,
ਐਸੀ ਧੀਆਂ ਨੂੰ ਵੀ ਕੀ ਚੱਟਣਾ ਰੱਬਾ,
ਜੋ ਆਪਣੇ ਸਵਾਰਥ ਲਈ ਬਾਪ ਦੀ ਪੱਗ ਰੋਲ਼ਦੇ ਦੇਖੇ ਨੇਂ...

ਐਸੇ ਦੌਰ ਵਿੱਚ ਹੁੰਦੇ ਜਾਂਦੇ ਦੂਰ ਆਪਣੇ,
ਤੇ ਵੱਡਦੇ ਲੱਤਾਂ ਬਹਿ ਗ਼ੈਰਾਂ ਚ,
ਜੇੜਾ ਕਦੇ ਅੱਖਾਂ ਚੱਕ ਨੀ ਦੇਖਦਾ ਸੀ,
ਅੱਜ ਸੁੱਖ ਨਾਲ ਬੋਲੇ ਨਾਂ ਲੋਕਾਂ ਦੇ ਵੈਰਾਂ ਚ...

ਐਤਰਾਂ ਵਾਂਗ ਹੁਣ ਜ਼ਿੰਦਗੀ ਜਾਪੇ,
ਖ਼ੋਰੇ ਵਰਸੂ ਖੁਸ਼ੀਆਂ ਦਾ ਵੀ ਮੀਂਹ ਸਾਡੇ,
ਸੱਚ ਪੁੱਛੇ ਤਾਂ ਦੇਖੀ ਖੁਸ਼ ਹੋਣਗੇ ਗ਼ੈਰ ਉਦੋਂ,
ਜਦੋਂ ਖੁਸ਼ੀਆਂ ਨਾਲ਼ ਭਰੀ ਮੌਤ ਆਉਗੀ ਘਰ ਸਾਡੇ..

ਐਸੇ ਲੋਕਾਂ ਤੋਂ ਤੇ ਰੱਬ ਹੀ ਬਚਾਏ,
ਜੋ ਭੌਂਕਣ ਲੱਗੇ ਨਾ ਦੇਖਦੇ ਨੋਂ,
ਇੱਥੇ ਦਾਦੇ ਦਾ ਨਾ ਨੀ ਯਾਦ ਕਿਸੇ ਨੂੰ,
ਤੇ Al Capone ਦਾ ਨਾ ਜਾਣਦੇ ਨੋਂ...

ਸ਼ਿੰਦਰ ਪ੍ਰਖਣਾ ਸਿੱਖ ਗਿਆ,
ਜਿੰਦਣ 22 ਸਾਲ ਦਾ ਹੋਇਆ ਸੀ,
ਹਜੇ ਵੀ ਲੱਗੇ ਨੇ ਟੱਕ ਦਿਲ ਤੇ,
ਜੋ ਆਪਣਿਆਂ ਨੇ ਸ਼ਗਾਨ ਝੋਲੀ ਪਾਇਆ ਸੀ,
ਸ਼ਗਾਨ ਝੋਲੀ ਪਾਇਆ ਸੀ.

ਉਹ ਜਿਨ੍ਹਾਂ ਚਿਰ ਨਾ ਮਰੇ...

ਆਪਣਿਆਂ ਦੀ ਕੀ ਗੱਲ ਕਰੇ,
ਦੂਜੇ ਨੂੰ ਦੇਖ ਜੋ ਸੜਦੇ ਨੇੰ,
ਆਪਣੇ ਨਾਲ ਰੱਖਿਆ ਕਰ ਮਤਲਬ ਸ਼ਿੰਦਰਾ,
ਇਹ ਖੁਦ ਦਾ ਹੱਗ ਕੇ ਵੀ ਦੂਜੇ ਨੂੰ ਦੱਸਦੇ ਨੇੰ..

ਆਪ ਕਮਾਕੇ ਖਾਇਆ ਕਰ,
ਕੀ ਫ਼ਾਇਦਾ ਫ਼ੋਕੀ ਸ਼ੋਹਰਤ ਦਾ,
ਦੂਜੇ ਨੂੰ ਦੇਖ ਨਾ ਮੱਚਿਆ ਕਰ,
ਉਦੋੰ ਆਉਂਦਾ ਸਵਾਦ ਜਦ ਵੇਲਾ ਹੋਵੇ ਮੋਹਰਤ ਦਾ..

ਸ਼ਿੰਦਰ-ਸ਼ਿੰਦਰ ਕਰਕੇ ਰੋਇਆ ਕਰਨਗੇ,
ਜੋ ਅੱਜ ਦੇਖ ਮੈਨੂੰ ਹੱਸਦੇ ਨੇੰ,
ਮੇਰੀ ਜਾਨ ਵੀ ਵੰਡ ਦਈ ਉਹਨਾਂ ਨੂੰ ਰੱਬਾ,
ਜੋ ਆਪਣਾ ਮਾਰਕੇ ਮੰਨ ਮੇਰੇ ਲਈ ਵੱਸਦੇ ਨੇੰ..

ਫੁੱਲਾਂ ਦੀ ਖ਼ੁਸ਼ਬੂ ਨਾਲੋਂ ਮਿੱਠਾ ਤੇਰਾ ਬੋਲਣਾ ਸੀ,
ਪਰ ਸੱਚ ਜਾਣੀ ਸੱਜਣਾਂ,ਮੈਨੂੰ ਸੱਚੀਓਂ ਨੀ ਸੀ ਪਤਾ,
ਮੇਰੇ ਪਿਆਰ ਨੂੰ ਤੂੰ ਇਦਾ ਕੌਡੀਆਂ ਦੇ ਭਾਅ ਤੋਲਣਾ ਸੀ..

ਮੇਰੇ ਬਦਲੇ ਦਿਨਾਂ ਨੂੰ ਦੇਖ,ਮੈਨੂੰ ਬਦਲਿਆ ਦੱਸਦੇ ਨੇਂ,
ਅੱਜ ਸ਼ਰੇਆਮ ਕਹਿਣਾ,
ਬੋਹਤੇ ਨਹੀਂ ਗਿਣਤੀ ਦੇ 2 ਨੇਂ ਬੰਦੇ,
ਜੋ ਮੈਨੂੰ ਦੇਖ ਤੱਪਦੇ ਨੇਂ,
ਪੁੱਤ ਜੱਟ ਦਾ ਪਿੱਛੇ ਹੱਟਦਾ ਮੈਂ ਵੀ ਨੀ,
ਉਹਨਾਂ ਚਿਰ ਲਾ ਕੇ ਰੱਖੁ ਅੱਗ ਬੱਲੇ,
ਉਹ ਜਿੰਨਾ ਚਿਰ ਨਾ ਮਰਦੇ ਨੇਂ ,
ਉਹ ਜਿੰਨਾ ਚਿਰ ਨਾ ਮਰਦੇ ਨੇਂ...

ਥੋਖੇ ਨੇ ਮਿੱਤਰਾ…

ਜ਼ਿੰਦਗੀ ਨੂੰ ਜੀਣਾ ਸਿੱਖ ਲਾ ਮਿੱਤਰਾ,
ਇੱਥੇ ਮੋੜ-ਮੋੜ ਤੇ ਥੋਖੇ ਨੇਂ,
ਕੋਈ ਨੀ ਜਰਦਾ ਦੇਖ ਕਿਸੇ ਨੂੰ,ਉਂਜ ਆਖਣ ਨੂੰ ਬੜੇ ਦੁੱਧ ਧੋਤੇ ਨੇਂ,
ਤੁਰਦੇ ਨੀ ਸੀ ਪੈਰ ਬਾਹਰ ਨੂੰ,ਮਜ਼ਬੂਰੀ ਤੋਰ ਕੇ ਲੈ ਆਈ,
ਅੱਜ ਦੇਖ ਤਰੱਕੀ ਯਾਰ ਦੀ,ਅੱਖ ਤੇਰੀ ਕਿਉਂ ਭਰ ਆਈ,
ਕਰੇ ਮਾਣ ਬਾਪ ਮੇਰਾ ਵੀ,ਕੇ ਨਾਮ ਬਣਾ ਤਾ ਹਰਬੰਸ ਸੋਂ ਦੇ ਪੋਤੇ ਨੇ,
ਜ਼ਿੰਦਗੀ ਨੂੰ ਜੀਣਾ ਸਿੱਖ ਲੈ ਮਿੱਤਰਾ,
ਇੱਥੇ ਪੈਰ-ਪੈਰ ਤੇ ਥੋਖੇ ਨੇ…

ਕੋਈ ਆਖੇ ਸ਼ੀਸ਼ੇ ਵਰਗਾ ਏ,
ਤੇ ਕੋਈ ਆਖੇ ਮੈਨੂੰ ਪੱਥਰ ਨੀਂ,
ਨੀਂ ਮੈਂ ਕੱਲ੍ਹ-ਕੱਲ੍ਹ ਸਿੱਟ ਤਾ ਸਾੜਕੇ,ਜ਼ੋ ਦਿਲ ਤੇਰੇ ਦੇ ਅੱਖਰ ਸੀ,
ਲੋਕੀ ਕਹਿੰਦੇ ਬਦਲ ਗਿਆ,ਪਰ ਬਦਲੇ ਅੱਜ ਉਹ ਆਪ ਨੇਂ,
ਕਰਕੇ ਬਦਨਾਮ ਜੱਗ ਸਾਮ੍ਹਣੇ ਮੈਨੂੰ,ਦੱਸਦੇ ਖ਼ੁਦ ਨੂੰ ਭਗਵਾਨ ਨੇਂ,
ਕਦੇ ਹੋਣਗੇ ਸਿੱਕੇ ਸੋਨੇਂ ਦੇ,ਚਾਹੇ ਅੱਜ ਪੱਲੇ ਖੋਟੇ ਨੇਂ,
ਜ਼ਿੰਦਗੀ ਨੂੰ ਜੀਣਾ ਸਿੱਖ ਲਾ ਮਿੱਤਰਾ,
ਇੱਥੇ ਮੋੜ-ਮੋੜ ਤੇ ਥੋਖੇ ਨੇਂ …

ਅੱਜ ਪ੍ਰੀਖਿਆ ਲੈਂਦਾ ਰੱਬ ਵੀ,

ਦੇਖਾਂ ਕਿੰਨ੍ਹਾ ਚਿਰ ਟਿੱਕਦਾ ਏ,

ਦਿੱਖਾ ਰਿਹਾ ਉਹ ਨਾਲ਼-ਨਾਲ਼,ਕੌਣ ਕਿੰਨੇ ਪੈਸੇ ਖ਼ਾਤਿਰ ਵਿੱਕਦਾ ਏ,

ਹੁਣ ਰੋਣਾ ਭੁੱਲ ਲੜਨਾ ਸਿੱਖ ਲਿਆ ਜ਼ਿੰਦਗੀ ਨਾਲ਼,

ਤੇ ਨੱਚਰ ਕੀਤਾ ਚੋੱਜ ਏ,

ਮੂੰਹ ਤੇ ਕਰੇ ਨਾਂ ਸਿਫ਼ਤ ਕਦੇ,ਉੱਜ ਦਿਲ ਤੋਂ ਮੇਰਾ ਕਰਦਾ ਏ,

ਹਮੇਸ਼ਾਂ ਖੜਾ ਨਾਲ਼ ਮੇਰੇ,ਕਦੇ ਪਿੱਠ ਨੀ ਦਿਖਾਈ ਜੋਤੇ ਨੂੰ,

ਜ਼ਿੰਦਗੀ ਨੂੰ ਜੀਣਾ ਸਿੱਖ ਲੈ ਮਿੱਤਰਾ,

ਇੱਥੇ ਮੋੜ-ਮੋੜ ਤੇ ਥੋਖੇ ਨੇ,

ਮੋੜ-ਮੋੜ ਤੇ ਥੋਖੇ ਨੂੰ ...

ਜ਼ਿੰਦਗੀ

ਜ਼ਿੰਦਗੀ ਨਾਲ਼ ਵਾਹ ਪਿਆ ਤੇ ਪਤਾ ਲੱਗਾ ਮਿੱਤਰਾ,
ਅੱਜ ਦੇ ਟਾਈਮ ਵਿੱਚ ਜੇੜ੍ਹਾ ਦਿਲੋਂ ਹੱਸਦਾ ਨਾਂ,
ਅਕਸਰ ਉਹੀ ਬੰਦਾ ਦਿਲੋਂ ਦੁੱਖੀ ਹੁੰਦਾ.

ਚੱਲ ਕੋਈ ਨਾਂ ...

ਜੇੜ੍ਹੇ ਕਦੇ ਕਹਿੰਦੇ ਸੀ ਹੱਸਦਾ ਰਿਹਾ ਕਰ,
ਸੋਹਣਾਂ ਲੱਗਦਾ,
ਅੱਜ ਕੱਲ ਰਾਵੋਂਦੇ ਵੀ ਉਹੀ ਦੇਖੇ ਨੌਂ...

ਹੋ ਸੱਕਦਾ ਸੀ...

ਜਦੋਂ ਦਾ ਸਾਨੂੰ ਛੱਡ ਕੇ ਗਿਆ ਨਾਂ ਮਿੱਤਰਾ,
ਉਸ ਦਿਨ ਦਾ ਜਿਉਂਣਾ ਆ ਗਿਆ,
ਖ਼ੋਰੇ ਜੇ ਨਾਲ ਹੁੰਦਾ ਹੁਣ ਨੂੰ ਮਰ ਹੀ ਜਾਂਦੇ.

ਆਵਦੇ ਹੱਥ ਵੱਸ ਆ...

ਜੀਣਾਂ ਜਾਂ ਮਰ ਜਾਣਾ ਤੇ ਰੱਬ ਦੇ ਹੱਥ ਵੱਸ ਆ ਮਿੱਤਰਾ,
ਪਰ ਰੋਜ਼ ਮਰ-ਮਰ ਜੀਣਾਂ,
ਜਾਂ ਜੀ ਕੇ ਲੋਕਾਂ ਨੂੰ ਮਾਰਣਾ,
ਇਹ ਤੇ ਆਵਦੇ ਹੱਥ ਆ ....

ਫੁੱਲ.

ਜੇੜ੍ਹੇ ਕਦੇ ਕਹਿੰਦੇ ਸੀ ਸਾਨੂੰ ਛੱਡ ਕੇ ਨਾਂ ਜਾਈਂ ਸੱਜਣਾਂ,

ਅੱਜ ਉਹਨੂੰ ਮਿਲਿਆਂ 2 ਸਾਲ ਹੋਗੇ,

ਖ਼ੋਰੇ ਕਿਸ ਦੁਨੀਆਂ ਵਿੱਚ ਰਹਿੰਦੇ ਨੇ,

ਜਿਨ੍ਹਾਂ ਨੂੰ ਅਸੀਂ ਦੇਖ ਜਵਾਨ ਹੋਗੇ,

ਜੇ ਛੱਡਣਾ ਸੀ ਤਾਂ ਲੈਂਦੀ ਨਾਂ,

ਚੱਲ ਜੇ ਦਿਲ ਚੋਂ ਕੱਢਣਾ ਹੀ ਸੀ ਤੇ ਤੋੜਦੀ ਨਾਂ,

ਮੈਨੂੰ ਤੇ ਜਿਉਂਦੇ ਜੀ ਨੂੰ ਮਾਰ ਤਾ,

ਹੁਣ ਕਦੇ ਸਾਡੇ ਫੁੱਲ ਚੁਗਣ ਵੀ ਆਉਂਦੀ ਨਾਂ..

ਜਿਸਮ...

ਜਿਸਮਾਂ ਦੀ ਮੰਡੀ ਵਿੱਚ ਮੈਨੂੰ Add On ਨਾਂ ਕਰੀਂ ਸੱਜਣਾਂ,
ਕਿਉਂਕਿ ਮੇਰਾ ਪਿਆਰ ਤੇ ਰੂਹਾਂ ਵਾਲਾ ਸੀ...

ਸ਼ੌਕ

ਬਹੁਤਾ ਸ਼ੌਕ ਤੇ ਨੀ ਸੀ ਮਿੱਤਰਾ ਲਿੱਖਣ ਦਾ,
ਪਰ ਕਜੀਆਂ ਦੀ ਆਕੜ ਭੰਨਣੀ ਸੀ,
ਜਿਸ ਕਰਕੇ ਲੜੂਨ ਦੀ ਜਗਾ ਚੁੱਪ ਨੋੰ ਕੀਤੀ,
ਤੇ Gun ਦੀ ਜਗਾ Kalam ਨੋੰ...

ਮੌਤ

ਮੌਤ ਨਾਲ ਯਾਰੀ ਪਾ ਕੇ ਦੇਖ ਮਿੱਤਰਾ,
ਬੇਗ਼ਾਨੇ ਛੱਡ ਆਪਣੇ ਵੀ ਸੁਆਦ ਲੈਣ ਲਈ ਆਉਣ ਗੇ.

24/7

ਹੁਣ ਤਾਂ ਹਮੇਸ਼ਾ ਤੇਰੇ ਖਿਆਲਾਂ ਵਿੱਚ ਰਹਿੰਦੇ ਆਂ,
ਖ਼ੋਰੇ ਹੋਰ ਕਿੰਨੇ ਟਾਈਮ ਤੱਕ ਆਵੇਂਗੀ,
ਪਰ ਜਦੋਂ ਆਵੇਂਗੀ ਲੈਣ ਮੈਨੂੰ,
ਤਾਂ ਇੱਕ ਵਾਰ ਸਾਰੀ ਦੁਨੀਆਂ ਰਵਾ ਕੇ ਜਾਵੇਂਗੀ.

ਕੀ ਲਿੱਖਿਆ ਤੂੰ?

ਮੈਂ ਤੇ ਉਹੀ ਲਿੱਖਿਆ ਜੋ ਮੇਰੇ ਨਾਲ ਬੀਤਿਆ,
ਤੇ ਤੂੰ ਉਹ ਪੜ੍ਹ ਰਿਹਾ ਜੋ ਤੂੰ ਮੇਰੇ ਨਾਲ ਕੀਤਾ

ਠੇਕਰਾਂ

ਸਾਨੂੰ ਮਰਿਆਂ ਨੂੰ ਕੀ ਮਾਰਦਾ ਮਿੱਤਰਾ,
ਅਸੀਂ ਤੇ ਪਹਿਲਾਂ ਹੀ ਲੋਕਾਂ ਦੇ ਡੰਗੇ ਹੋਏ ਆਂ,
ਚੱਲ ਜੇ ਤੂੰ ਵੀ ਛੱਡ ਕੇ ਜਾਣ ਦਾ ਚਾਅ ਪੂਰਾ ਕਰਨਾਂ ਤੇ ਕਰਲਾ,
ਕਿਉਂਕਿ ਅਸੀਂ ਥੋਖੇ ਖਾਣ ਵਿੱਚ ਪਹਿਲਾਂ ਤੋਂ ਹੀ ਹੰਡੇ ਹੋਏ ਆਂ.

ਨਹੀਂ ਰਹਿ ਹੁੰਦਾ ਹੁਣ...

ਹੁਣ ਨੀ ਰਹਿਣਾ ਇਸ ਸ਼ਹਿਰ,
ਮੈਨੂੰ ਦੇ ਦੇ ਕੋਈ ਜ਼ਹਿਰ,
ਪਹਿਲਾਂ ਆਵਦੇ ਹੱਥੀਂ ਆਪ ਹੀ ਮਾਰ ਕੇ,
ਬਾਅਦ ਵਿੱਚ ਮੰਗਿਉ ਨਾਂ ਮੇਰੀ ਖ਼ੈਰ,
ਮੇਰੀ ਜ਼ਿੰਦਗੀ ਵਿੱਚ ਭਰ ਕੇ ਰੰਗ,
ਕਰ ਗਈ ਬੇਰੰਗ ਤੂੰ,
ਪਰ ਇੱਕ ਵਾਰ ਮਿਲਣ ਜ਼ਰੂਰ ਆਜ਼ੀ ਸੱਜਣਾਂ,
ਸਾਡੀ ਲਾਸ਼ ਤੇ ਵੀ ਫ਼ੇਰਾ ਪਾਜੀ ਸੱਜਣਾਂ,
ਤੇਰੇ ਦਿੱਤੇ ਦੁੱਖਾਂ ਨੇ ਤਾਂ ਮਾਰਿਆਂ ਏ,
ਖ਼ੌਰੇ ਤੇਰੇ ਆਉਣ ਤੇ ਕੋਈ ਸਕੂਨ ਆਜੇ,
ਅਸੀਂ ਤੇ ਤੁਰ ਚੱਲੇ ਇਸ ਜਹਾਨ ਉੱਤੋਂ,
ਸ਼ਾਹਿਦ ਤੈਨੂੰ ਵੀ ਸੁੱਤੇ ਨੂੰ ਸਾਡਾ ਕੋਈ ਖ਼ਿਆਲ ਆਜੇ।

ਸ਼ਾਇਰ

ਮੇਰੇ ਨਾਲ ਜ਼ੋ-ਜ਼ੋ ਬੀਤਿਆ ਮੈਂ ਤੇ ਸਿਰਫ਼ ਉਹ ਬਿਆਨ ਕੀਤਾ ਮਿੱਤਰਾ,
ਆਵਦੀ ਇਸ ਕਿਤਾਬ ਵਿੱਚ,
ਪਰ ਲੋਕਾਂ ਭਾਣੇ ਸ਼ਾਇਰ ਬਣ ਗਿਆ ...

ਬਾਪੂ ਤੇ ਮਾਮਾ

ਬਹੁਤਿਆਂ ਨੇ ਮੈਨੂੰ ਪੁੱਠੇ ਪਾਸੇ ਲਾਉਣਾ ਚਾਹਿਆ,
ਤੇ ਬਹੁਤਿਆਂ ਨੇ ਮੈਨੂੰ ਦੇਖ ਮਖ਼ੌਲ ਵੀ ਉਡਾਇਆ,
ਪਰ ਬਾਪੂ ਤੇ ਮਾਮੇਂ ਦਾ ਹੱਥ ਸਿਰ ਤੇ ਸੀ ਮਿੱਤਰਾ,
ਖ਼ੋਰੇ ਤਾਂ ਹੀਂ ਮੈਨੂੰ ਖੁੱਲ੍ਹ ਕੇ ਜੀਣਾ ਆਇਆ,
ਜੇ ਇਹ ਨਾਂ ਹੁੰਦੇ ਹੁਣ ਨੂੰ ਮਾਰਿਆ ਹੁੰਦਾ,
ਅੱਜ ਜੋ ਕੁੱਛ ਵੀ ਲਿੱਖਿਆ ਇਹਨਾਂ ਨੇ ਲਿੱਖਿਆ,
ਮੈਨੂੰ ਸੁਦਾਈ ਨੂੰ ਤੇ ਇੱਕ ਬੱਸ ਜਰੀਆ ਬਣਾਇਆ...